புஞ்ஞாலய தேவி

பக்தி பாடல்கள் & கருத்துரைகள்

AF603766

டாக்டர் சி. நடேசன்

INDIA • SINGAPORE • MALAYSIA

Copyright © Dr. C. Natesan 2024
All Rights Reserved.

ISBN 979-8-89233-767-0

This book has been published with all efforts taken to make the material error-free after the consent of the author. However, the author and the publisher do not assume and hereby disclaim any liability to any party for any loss, damage, or disruption caused by errors or omissions, whether such errors or omissions result from negligence, accident, or any other cause.

While every effort has been made to avoid any mistake or omission, this publication is being sold on the condition and understanding that neither the author nor the publishers or printers would be liable in any manner to any person by reason of any mistake or omission in this publication or for any action taken or omitted to be taken or advice rendered or accepted on the basis of this work. For any defect in printing or binding the publishers will be liable only to replace the defective copy by another copy of this work then available.

முதற்பதிப்பு	:	2002
இரண்டாம் பதிப்பு	:	2014
மூன்றாவது பதிப்பு	:	2024

உரிமை	:	ஆசிரியர்க்கு (இந்நூலிலுள்ள கவிதைகளையோ, “ஸ்ரீ கபால நாகேஸ்வரி” படங்களையோ ஆசிரியரின் முன் அனுமதியின்றி எடுத்தாளக்கூடாது)

வெளியீட்டாளர்	:	**ந. மகேஸ்வரி** 20 F3/13, சக்தி நகர் ஜட்ஜ் சாலை சேலம் – 636 008 தமிழ்நாடு

இதய காணிக்கை

"தாயும் தந்தையும் தரணியறி தெய்வம்"

என் தந்தை திரு. **ப. அ. சின்னையா**

மற்றும்

என் தாய் திருமதி. **சி. குப்பாயம்மாள்**

பொருளடக்கம்

பகுதி – II

என்னுரை

என்னுரை

"புற்றாலய தேவி" என்னும் இந்நூலில், ஸ்ரீ கபால நாகேஸ்வரி, ஸ்ரீ நாகர், ஸ்ரீ நாகதேவதை, ஸ்ரீ பரணி பத்ரகாளியம்மன், ஸ்ரீ முனீஸ்வரர், ஸ்ரீ பெரியாயி ஆகிய தெய்வங்களுக்கும் மற்றும் நவக்கிரககளுக்கும், நான் இயற்றி பூஜைகளில் பாடிவந்த பக்திப்பாடல்கள் கருத்துரைகளுடன் இடம் பெற்றுள்ளன.

"ஸ்ரீ கபாலநாகேஸ்வரி" என்னும் மந்த்ர பெயரை நான் ஜூன் 1982-இல் என் இல்லத்தில் ஓரிரவில் என் மதிவழி பெற்றேன். பல தியான-பூசைகளை செய்து வரும் நான், இப்பெயருக்கு ஏற்ற அம்மன் விக்ரஹத்தை உருவாக்க வேண்டும் என்று என் மனதில் உதித்தது. சக்திவாய்ந்த அம்மன் விக்ரஹம் தடையின்றி உருவாக வேண்டும் என்பதற்காகவே, பல பூசை தியானங்களுக்குப் பிறகு 1992-இல் நவக்கிரக பாடல்களை பல இடையூறுகளுக்கு இடையே இயற்றினேன். இதன் பிறகே என் தாத்தாவின் அருளாசி பெற்று ஏப்ரல் 1993-இல் ஸ்ரீ கபாலநாகேஸ்வரி பெயருக்கு ஏற்ப, செம்பால் ஆதி கபாலநாகேஸ்வரி விக்ரஹம் ஆக்கத் தொடங்கி, ஆக்கி முடித்தேன்.

கடவுள் சக்திகளாக நம் கண்களுக்குத் தெரிவன இரண்டு -விண்ணிலே பறக்கும் கருடனும்; மண்ணிலே ஊரும் நாகமும் அமையும். ஒன்று விஷ்ணு; மற்றொன்று சிவன்-சக்தி. கடவுளர்களின் பின்னணியில் நாகங்கள் முக்கியத்துவம் பெற்றிருத்தல் குறிப்பிடத்தக்கது; உணரத் தக்கது; ஆயத்தக்கது.

நாக தேவதையை வழிபடுகிறேன் என்பதற்காக நாகப்புற்றினுள் கையை விட்டால், நாகம் கடிக்காமல் இருக்குமா? சிவனை பூஜிக்கிறேன் என்பதற்காகக் கண்டபடி வாகனம் ஓட்டினால் விபத்து நேரிடாமல் இருக்குமா? சரஸ்வதியை வணங்குகிறேன் என்பதற்காகப் படிக்காமல் இருந்து தேர்வு எழுதினால் தோல்வி

உண்டாகாமல் இருக்குமா? மஹாலக்ஷ்மியைக் கும்பிடுகிறேன் என்பதற்காக உழைப்பின்றிச் சோம்பி இருந்தால் வறுமை வராமல் இருக்குமா? காளி வழிபாடு புரிகிறேன் என்பதற்காக முறையின்றிப் பழகினால் பகைமை தோன்றாமல் இருக்குமா?.... **கடவுள் வழிபாடும் வேண்டும்; காரியத்தில் கவனம், முயற்சி, உழைப்பு - ஆகிய இவையும் வேண்டும். கிரகநிலை அறிந்து செயல்பாடும், வழிபாடும் மேற்கொள்ளுதல் வாழ்க்கையில் வெற்றியும் உயர்வும் ஆக்கும்.**

இந்நூல் பாடல்களைப் படித்து வருவோர்க்கு தோஷ நிவாரணிகளாக - கஷ்ட நிவாரணிகளாக, இப்பாடல்கள் இருக்கும் என்பதை அனுபவத்தால் உணர்ந்து கொள்ளலாம்.

(டாக்டர். சி. நடேசன்)

குறிப்பு: இந்நூலில், ஒரே பொருளமைப்பை உடைய வரிகள் (தொடர்கள்), மீண்டும் மீண்டும் பல பாடல்களில் அமைந்துள்ளமை காணத்தக்கது.

பகுதி – I

தெய்வம் தொடர்பாக...
கருத்துரைகள்

❖ முயற்சி திருவினை ஆக்கும்; அத்திருவினை தெய்வத்தால் நிலைக்கும்.

❖ மாதா, பிதா, குரு, தெய்வம் - இந்நால்வரையும் போற்றுவோர் நல்லோர் ஆவர்;

❖ உழைப்பு, உண்மை, ஒழுக்கம், பக்தி - இந்நான்கையும் கடைப்பிடிப்போர் வல்லோர் ஆவர்.

❖ எதையும் எதிர்பாராமல் தெய்வத்தை வழிபடுக; வாழ்நாளில் எதிர்பாராத வகையில் வளமே நலமே கிட்டும்.

❖ தெய்வத்தைத் தொழுத கை, தூய்மை அடையும்.

❖ நோய்க்கு மருந்துண்டு. ஆனால், நொடிக்கு மருந்துண்டோ? ஆண்டவனை அநுதினம் நினைத்தலன்றி, வேறொரு மருந்தில்லை.

❖ நொடியைத் தாங்கி உயிர்வாழும் தன்மை, மனோபலத்தால்தான் முடியும். அந்த மனோபலத்தைத் தருவது, - தெய்வதரிசனம், தெய்வபூசனை, மற்றும் தெய்வ சிந்தனை.

❖ வாழ்க்கைக்குப் பணம் தேவை; அதைவிட மனநலம் தேவை. சொத்து தேவை; அதைவிட மனசுகம் தேவை.

– முன்னது இருந்து பின்னது இல்லாவிட்டால்....? அதுவே நரக வாழ்க்கை ஆகும். இரண்டும் தேவை. முன்னதுக்கு உழைப்பு தேவை; பின்னதுக்குத் தெய்வீக நினைப்பு தேவை.

❖ நாம் வழிபடும் தெய்வம் கைவிடாது; காலமறிந்து கைகொடுக்கும்; எப்படி? நம் புத்தி யுத்திகளாலும், பிறர்வாயிலாகவும்.

❖ ஆயுள் ஆரோக்கியத்திற்கு, நல்ல உணவும் நல்ல சூழ்நிலையும் தேவை. இவை இருந்தும் நல்ல சிந்தனை இல்லாவிட்டால்...? பயனில்லை.

  – தெய்வீக சிந்தனையே சிறந்த சிந்தனை. எதையும் தாங்கிக் கொள்ளும் மனோசக்தியைத் தெய்வீக சிந்தனை அளிக்கும்.

❖ *"புத்திமான் பலவான் ஆவான்"* என்பது பழமொழி;
"பக்திமான் பண்புடையான் ஆவான்" என்பது உண்மை மொழி.

❖ மாசுள்ள காற்றினால் உடல்நலம் கெடும்; மாசுள்ள மனிதரால் மனநலம் கெடும்; மனநலம் பெற மருந்து எது?

  – பெரியோரின் வழிகாட்டுதலும், இறைவழிபாடும் ஆகும்.

❖ தெய்வம் மனிதனிடமிருந்து, பக்தி, இரக்கம், மற்றும் உயிர்நேயம் - ஆகிய இவற்றையே எதிர்பார்க்கின்றது. ஆக, இவற்றை எந்த மனிதன் கடைப்பிடிக்கிறானோ, அந்த மனிதனிடம் தெய்வம் பிரியமுடையதாகிறது.

❖ மண்ணைத் தோண்டத்தோண்ட ஊற்று;
புத்தகத்தைப் படிக்க படிக்க அறிவு;
பிறரிடம் நன்கு பழகப் பழக நட்பு;
கடவுளைத் தியானிக்கத் தியானிக்க, - மனோபலம், மனஅமைதி மற்றும் மனநிறைவு உண்டாகும்.

❖ பண்டமாற்று முறையில், பகவானை வணங்காதே; பணிவான பக்தி முறையிலேயே, பகவானை வணங்கு.

❖ சக்தியான ஆரோக்ய உணவு, உடலை மட்டும் காக்கும்; பக்தியான தூய உள்ளமோ, இந்த உலகத்தையே காக்கும்.

❖ உடல்நலத்திற்கு எத்தனையோ நன்மருந்துகள் உள்ளன. ஆனால், மனநலத்துக்குக் கடவுள் வழிபாடுதான் நன்மருந்து ஆகும்.

❖ கத்தியைத் தீட்டுவதற்குக் கல்பலகை தேவை; புத்தியைத் தீட்டுவதற்கு கல்வி மட்டும் போதாது, கடவுள் பக்தியும் தேவை.

❖ சுத்த சத்துவ ஆன்மீகம் - இந்த அகிலத்தைக் காக்கும்; கொடூர ஆயுத அணுவகம் – இந்த அகிலத்தை அழிக்கும்.

❖ ஒவ்வொரு நாட்டினரும் இனத்தவரும், உண்ணும் உணவு உடுத்தும் உடையும் மாறுபடுகின்றன, என்றாலும் நோக்கம் ஒன்றே. இதேபோல் கடவுள் நெறியும் வேறுபடுகின்றது என்றாலும் நோக்கம் ஒன்றே. கோட்பாடு ஒன்றுபட்டதே. எம்மதக்கடவுளும் நம்மதக் கடவுள் என்று பராவுதலே மனிதநேயம் ஆகும். மனிதநேயம் இல்லாதக் கடவுள் காரியம் அனைத்தும் வீணானது.

❖ பணிவான நட்பிலே, குகனைப் போல இருக்க வேண்டும். உண்மையான பக்தியிலே, கண்ணப்பனைப் போல இருக்க வேண்டும்.

❖ தூய்மையான இல்லற வாழ்க்கையில் இருந்துகொண்டே, மெய்மையான இறைவழிபாடு செய்து, குறைபட்டு வருவோரின் குறைகளைத் தீர்க்கலாம்; இத்தகைய வாழ்க்கையுடைய இறைவழிபாடே இருள்படாத இறைவழிபாடு ஆகும்; களங்கம் இல்லாத கடவுள் வழிபாடு ஆகும். இறைவனின் வாழ்க்கையும் இல்லற வாழ்க்கைதானே...! தூய்மையானதும் மக்களுக்கு உதவும் படியானதுமான இல்லற வாழ்க்கையே “நல்லற வாழ்க்கை” எனப்படும்.

❖ நம்மைத் தாங்குவது இந்த மண்ணே; நாம் தின்பதற்கு உணவு, நீர் கொடுப்பது இந்த மண்ணே; இறுதியில் நம்மையே தின்பதும் இந்த மண்ணே......! உலக வாழ்க்கை நிலையாமையை உணர்ந்தால், அனைவர்க்கும் 'உபகாரி' ஆகிடலாம். மனமதும் செம்மையாகும்; மார்க்கமதும் தெய்வீகமாகும்.

❖ பண நெருக்கடி ஏற்பட்டால் கடன் வாங்கலாம். மன நெருக்கடி ஏற்பட்டால் மகேசனை நினைப்பது தவிர வேறெதும் இல்லை –

"சிவ சிவா",
"அச்யுதா, அனந்தா கோவிந்தா",
"ராமா ராமா ராம பக்தா"

❖ உடல் நலத்துக்குப் பலவகை உணவு தேவை; மனநலத்துக்குப் பலப்பல தெய்வவிக்ரஹ வழிபாடு தேவை – இக்கருத்தை மூடநம்பிக்கை என்று விவாதித்தலால் பயனில்லை. நம் முன்னோர் கடைப்பிடித்த தெய்வ நற்காரியங்கள் அனைத்தும் மனிதத் தேவைக்கே ஆகும்.

❖ உழைப்பவனும் துன்பப்படுகிறான்; கடவுளை வழிபடுபவனும் துன்பப்படுகிறான். கடவுளை வழிபட்டவாறு உழைப்பனும் துன்பப்படுகிறான்...... இது எதனால்?

– *"முன் ஜென்ம பாபங்களாலும் மூத்தோர் விட்ட சாபங்களாலும்"* என்பர் முன்னோர். பாபமான காரியம் செய்தலும், சாபம் பெறும் செயல் செய்தலும் கூடவே கூடாது. இவையிரண்டும் மனிதனைத் தொடர்ந்து துன்புறுத்தும் வல்லமை மிக்கன. தொய்வின்றித் தெய்வத்தைச் சிந்தித்து வந்தால் பாப- சாபங்களால் பீடிக்கும் மகாதுன்பம் குறையலாகும். தாங்கும் சக்தியையும் இதயம் பெறலாகும்.

❖ துயரத்தைக் குறைத்து மனநிறைவை விளைவிப்பதே 'தரிசனம்' ஆகும். தெய்வ விக்ரகங்கள் தரிசனத்துக்கு உரியவை. மகான்களும் தெய்வநெறிச் சிந்தனையாளர்களும் தரிசனத்திற்கு உரியவர்களாவர்.

❖ பிணிபோக்க மருத்துவன் வேண்டும். ஆண்டவனின் அருள்வழி கிடைக்க *"ஆன்மீக வழிகாட்டியாக"* ஒருவர் வேண்டும்.

❖ மனிதன் உணர்ந்து கொள்ள முடியாத வகையில் உதவுதலே கடவுளின் குணம். பக்திநெறியில் வாழ்வதால் நட்டம் ஏற்படாது.

❖ இறையை நினைத்திரு! பொல்லாத மனிதர் உண்டாக்கும் இடிகள் எல்லாம் மத்தாப்பு ஜாலங்களாகத் தெரியும்.

❖ எதையும் எதிர்பாராமல் கடமையுணர்வுடன் இறையை வழிபட்டுவந்தால் நாளடைவில் நல்வழி கிட்டும்.

❖ மனத்தூய்மையுடன் மனித நேயத்துடன் மகேசனைத் துதித்து வந்தால், மாண்ட பிறகும் நல்கதி கிட்டும்.

❖ குழந்தைப் பருவத்தில் தாயைக் கண்டால் தைரியம் உண்டாகும். வளர்ந்து முதிர்ந்த பருவத்தில் தெய்வ விக்ரகத்தைக் கண்டால் மனோதைரியம் உண்டாகும். இயற்கையான மரணநிலைக்கு அஞ்சாத மனோ பலத்தையும், சாந்தியையும் தருவது தெய்வ நம்பிக்கை ஒன்றே ஆகும்.

❖ மனிதனுக்கு 60 வயதுவரை வளர்பிறைக் காலம். அடுத்து 60 வயதுவரை தேய்பிறைக் காலம். ஆம்.... மனிதனுக்கு ஆயுட்காலம் 120 ஆண்டுகள் ஆகும். தமிழ் வருடங்களின் இரண்டு சுற்றுகள் மனிதனுக்குரிய ஆயுட்காலம் ஆகும்

(சாதக அடிப்படையில் மனிதனுக்கு உரிய திசாபுத்திகள் 120 ஆண்டுகள் என்பது குறிப்பிடத்தக்கது). தேய்பிறை வயதுக் காலங்களில் பிணியும் நலிவும் உண்டாகின்றன; இவை இயற்கை நியதி, இத்தகைய காலங்களில் மன அமைதியும், மனோபலமும் உடலுக்கு ஆயுளை நீட்டிக்கும் நன்மருந்துகளாகும். கடவுள் நெறி நம்பிக்கையே இந்த நன்மருந்துகளை ஊட்டுகின்றன.

❖ மனிதன் சிலையை வடிக்கிறான். அந்தச் சிலைக்கு மந்திரச் சக்தியால் உயிர்ச் சக்தியை அளிக்கிறான். அது 'தெய்வம்' ஆகிறது. மனிதன் விளக்கைச் செய்கிறான். அந்த விளக்கினுள் அறிவு ஆற்றலால் மின்சக்தியைச் செலுத்துகிறான். அது 'வெளிச்சம்' ஆகிறது.

– சாணத்தையும் சாமி ஆக்கிக் கல்லையும் கடவுளாக்கி வழிபடுதல் எதற்காக? வாய்மை தூய்மையுடன் வாழ்வதற்காக.

❖ தெய்வம் தன்னால் படைக்கப் பெற்ற மனிதர்களின் வழி மனித உயிர்களைப் படைப்பிக்கின்றது. மேலும், தன் சக்தி ஆற்றலையும் கல்லாலோ உலோகத்தாலோ பிற இயற்கைப் பொருளாலோ மனிதன் வழி படைப்பித்துக் கொள்கிறது.

❖ எதையும் எதிர் பாராமல் கடமை உணர்வுடன் தெய்வத்தை வணங்கு. எதிர்பாராத விதத்தில் நாளடைவில் நற்பலன்கள் உண்டாகும்.

❖ மாதா, பிதா, குரு - இம்மூவரும் தெய்வத்துக்கு நிகரானவர்கள் என்பர், நாம் வாழும் 'தாய்நாடும்' தெய்வத்துக்கு நிகரானதே. நாட்டிற்கு உண்டாகும் மதிப்பு உயர்வு பெருமை வளர்ச்சி எல்லாம் அந்நாட்டு மக்களை மகிழ்வித்து உயர்விக்கும்; தலை நிமிரச் செய்யும். தாழ்வு உண்டாயின் தலை குனியச் செய்யும்.

❖ பிறர்நலத்துக்காகவும் அழுக்கில்லாத மனத்துடனும் அம்மனை வணங்கி வந்தால் அகிலத்திலுள்ளோர் உன்னை வணங்கும் அளவுக்கு உயர்வு அடைவாய்.

❖ மெய்யான பக்தர்களை அம்மன் காத்தருள்வார்; எப்படி? 'அவகாசம்' கொடுத்துக் காத்தருள்வார். விதை விதைத்த உடனே கனி தோன்றலாகுமோ? முறையாகப் பாதுகாத்துக் காத்திருத்தல் வேண்டும்.

❖ முன்னோரின் பழக்க வழக்கங்கள், வளர்ப்புமுறை, வளர்ந்த முறை, வாழ்ந்த சுற்றுப்புறச் சூழல் - இவையாவும் *"சாத்வீகமான தெய்வீக பத்தியை"* அடிப்படையாகக் கொண்டு இருந்தால்..... அனைவரும் மனிதநேயம் உடையோராய் மிளிர்வர்.

❖ விரதங்கள், வழிபாடுகள், திருவிழாக்கள், கோயில் கோபுரங்கள் -இப்படியாக முன்னோர்கள் அமைத்துள்ளமை, ஒன்றுபட்ட நன்றான தூய வாழ்க்கைக்கே என்பதை அறிதல் வேண்டும்.

❖ பழங்கால மக்கள் ஆக்கிய பிரமிடுகளை பிற்கால ஆய்வறிஞர்கள் அறிந்து, அவற்றின் அதிசய ஆற்றலை வியந்து கூறுகின்றனர்....! கோயில் கோபுர அமைப்புகளும் அதிஆற்றல் மிக்கவை; தெய்வச் சிலையை அமைத்துள்ள கருவறையும், அதன்மேல் கட்டியுள்ள கோபுர அமைப்பும், சுற்றுச் சுவர் மாடக்கோபுரங்களும்.... அங்குச் சென்றுவரும் மனிதர்களுடைய *"ஆத்மாக்களின் சக்தி நீட்டிப்புக்கு"* அருமருந்தூட்டுவனவாகும்.

❖ வயதான காலத்தில் உடல்பலம் குறையும்; உடல்பலம் குறைந்தாலும் மனோபலம் இருந்தாலே மனிதர்கள் இயங்க முடியும்! மனோபலத்தைத் தருவது கடவுள் நம்பிக்கையே ஆகும்.

❖ இறைபக்தி உடையோர்க்கு வாழ்க்கையில் நேரிடும். சோதனைகளைத் தாங்கிக்கொண்டு வாழும் சக்தி உண்டாகிறது. சோதனை உண்டான காலத்தில்தான் மனிதன் தன்னைப் பற்றியும், தன்னைச் சூழ்ந்துள்ள பிறரைப் பற்றியும் தெரிந்துகொள்கிறான்.

❖ வாழ்க்கைப் பாதை பல சறுக்கல்களை உடையது. விடாமுயற்சியும், மனம் தளராமையும், மனோபலமும் இருந்தால்தான் சறுக்கல்களைச் சமாளித்து வெற்றிபெற முடியும். தெய்வநம்பிக்கை இருந்தால் இந்த மூன்றையும் தொடர்ந்து பெற்றுப் பல சறுக்கல்களைச் சமாளித்து வாழ்க்கைப் பாதையில் காலூன்ற முடியும்.

❖ கடவுள் வழிபாட்டு ஆச்சாரங்களைக் கடைப்பிடித்து வாழும் காலம் - நமக்கு நல்வினையாகும் காலம் ஆகும். கடவுள் வழிபாட்டு ஆச்சாரங்களைக் கைவிட்டு வாழும் காலம் நமக்குத் தீவினையாகும் காலம் ஆகும்.

❖ நமக்கு நாம் உண்ணுகின்ற உணவைப் பொருத்தும் - உடுக்கின்ற உடையைப் பொருத்தும் - வாழ்கின்ற இருப்பிடத்தைப் பொருத்தும் - இருக்கின்ற சுற்றுப்புறச் சூழலைப் பொருத்தும் - பழகுகின்ற நண்பர்களைப் பொருத்தும் - பிறப்பெடுத்து இருக்கின்ற குடும்பத்தைப் பொருத்தும் - மனோநிலையும் குணங்களும் நல்லதாகவோ, கெட்டதாகவோ அமைந்திருக்கும். ஜெனன நேரக் கிரகநிலை நன்றாக அமைந்திருந்தால், உண்ணுகின்ற உணவு முதல் எல்லாமுமே நல்லதாகவே அமையும். கிரகங்களின் சக்தியை உணர்ந்தே தெய்வத்திற்கு *"நவக்கிரக நாயகி"* என்னும் நாமமும் சூட்டியுள்ளனர். நவக்கிரகங்களுக்குத் தலைவியாகிய தெய்வத்தை வழிபட்டால் நவக்கிரகங்களால் துன்பம் ஏற்படாது என்று உணர்ந்தே இந்த நாமத்தைச் சூட்டி வணங்குகின்றனர்.

– இத்துடன் நவக்கிரக துதி வழிபாடு வேள்வி - இவற்றால் நமக்கு நிகழவிருக்கும் துன்பங்களையும் தீயனவற்றையும் குறைத்துக் கொள்ளலாம்.

❖ முன் ஜென்ம வினைகளுக்கு ஏற்பவே, இந்த ஜென்மத்தில் "கிரக அமைப்பு நிலை நேரத்தில்" பிறப்பு உண்டாகிறது. கிரக நிலைக்கு ஏற்றவாறே, வாழ்க்கையில் உயர்வு - தாழ்வு, இன்ப - துன்பம், கஷ்ட - நஷ்டம் முதலிய நிகழ்வுகள் அளவுகோள்களுடன் நேரிடுகின்றன. ஆக, முன்ஜென்ம வினைக்கு ஏற்ப இப்பிறவியில் கிரகநிலையில் பிறப்பெடுத்த மனிதர்களாகிய நாம் தாழ்வு, துன்பம், நஷ்டம் முதலியவற்றிலிருந்து முற்றிலும் விடுபட்டுக் கொள்ள முடியாது; தாங்கிக்கொண்டு வாழும் அளவிற்கு விடுபட்டுக் கொள்ள முடியும்! எப்படி?

– தன்னம்பிக்கை, முயற்சி, உழைப்பு - இவை தேவை. இவை பலன் கொடுப்பதற்கு "நவக்கிரக - தெய்வீக வழிபாடு" ஆற்றொழுக்குப் போல் எப்போதும் நம்பிக்கையுடன் இருத்தல் வேண்டும்.

❖ இறைவனுக்கு விளம்பரம் வேண்டாம். இறைவன் என்ன வியாபாரப் பொருளா? செவிவழிச் செய்தியாகவே இறைப் பெருமை பரவவேண்டும்.

❖ உன்னும் உணவாலும், சுவாசிக்கும் காற்றாலும், உடல் வளர்கிறது. தேகபலம் உண்டாகிறது. வயது ஆக ஆக மனோபலம் உண்டானால் தான் தேகபலம் நீடிக்கிறது. எவ்வளவு காலம் முடியும்? மருந்தாலும் முடியாத தேகமும் மணமும் தளர்வடைகிறது. தெய்வ பலத்தை மனம் நாடுகிறது. அப்போது.... கிரகபலம் இருந்தால்தான் சரீர ஜீவன் 90-ஐ தாண்டுகிறது. கிரகபலம் எப்போது இல்லாமல் போனாலும் – ஜீவன் புத்துடலைப் பெறுதலுக்காக இறந்து (கடந்து) விடுகிறது.

❖ கடவுளுக்கு யார்மீது பிரியமோ அவருக்குச் சோதனைகளை உண்டாக்கிச் சோதிப்பார். சோதனைகளைத் தாங்கி வெற்றி பெற்றால் எப்போதும் தென்றலே!

❖ கடவுள் உண்டு என்பதால் எந்த நட்டமும் ஏற்படாது. கடவுள் நம்பிக்கையால், எந்த தீமையும் உண்டாகாது; ஆனால் முதுமையில் ஊன்றுகோலாய் இருப்பது மனதுக்கு மருந்தாக இருப்பது அச்சமின்றி வாழ்நாளைக் கழிப்பது எதனால்....?

❖ நயமாகப் பேசி நஞ்சை உமிழும் நய வஞ்சகர் உண்டு - இதே உலகில் நல்லோரும் உண்டே! புகழ்ந்துபேசி பதுங்கி சதி செய்யும் பாதகர் உண்டு. இதே உலகில், பண்பாளரும் உண்டே! ஆதலின் தொய்வடையாமல் தொடர்ந்து தெய்வத்தைத் தொழுது வருதல் தவறக் கூடாது.

❖ ஆண்டவனை அடையும் அமைதி, மார்க்கத்தைக் கடைபிடித்து வாழ்தலே, ஆன்மீக வாழ்க்கை ஆகும். ஆன்மீக மார்க்கமாவது எது?

– அகத்தைப் பரிசுத்தமாக்கி அனைத்து உயிர்களையும் நேசித்து மனம் மொழி மெய்களால் ஆண்டவனைப் போற்றுதல் மற்றும், உண்மை ஒழுக்கம், பரிசுத்தம், பிற உயிர்களிடம் அன்பு இவற்றோடு தெய்வபக்தியுடன் வாழ்தலாகும்.

❖ படிப்பதுவும் எழுதுவதுவும் மனித வர்க்கத்திற்கு அவசியம் தேவை; மூளை, கண்கள், கைகள், நரம்பு, மனம் -ஆகியவற்றிற்கு நல்ல பயிற்சி தரும். தினமும் சிறிது நேரமாவது படித்து சிறிது நேரமாவது எழுதுக. படிப்பதற்கோ எழுதுவதற்கோ நேரம் இல்லையா? எதைப் படிப்பது, எதை எழுதுவது என்கிறீர்களா? முன்னோர்கள் மார்க்கம் காட்டி இருக்கிறார்கள். ஆம்!

"ஓம் சரவணபவா"
"ஓம் நமசிவாய"
"ஓம் நமோ நாராயணா"
"ஸ்ரீ ராமஜெயம்"
"ஸ்ரீ கபால நாகேஸ்வரி துணை"

– இப்படி ஏதேனும் கடவுளின் நாம மந்த்ரத்தைத் தினமும் 18, 108, 1008 தடவை இப்படியாக எழுதி வரலாமே! மெதுவாக உச்சரித்து வரலாமே! இதனால், தேகத்துக்கும் பயிற்சி, மனதுக்கும் அமைதி, தெய்வ அனுக்கிரகமும் கிட்டும்; குடும்ப பிரச்னை தீர இதுவே நல்வழி. மன உளைச்சல் ஓடிப் போகும்; மனம் செம்மைப்படுமே! உண்மை என்பதை அநுபவத்தால் உணரலாம்.

❖ அம்மனை வழிபட்டால் ஆன்மாவும் ஆற்றல் பெறும்.

பக்தி பாடல்கள்

"ஸ்ரீ கபால நாகேஸ்வரி"
என்னும்
நாகதேவதை கவசம்

அருள்மிகு ஸ்ரீ கபால நாகேஸ்வரி

"ஓம்
ஸ்ரீ கபால சக்தி
நாக சக்தி
சூல சக்தி
கபால நாகேஸ்வரி
சக்தி சக்தி சக்தி"

[*"ஸ்ரீ கபால நாகேஸ்வரி"* என்னும் மந்த்ர பெயர் மற்றும் வரைபடம், இந்திய பதிப்புரிமைச் சட்டம், 1957-வின் கீழ் பதிவு (A-109555/2014) செய்யப்பட்டுள்ளது.]

1.1. *"ஸ்ரீ கபால நாகேஸ்வரி"* என்னும் நாகதேவதை கவசம்

(பகுதி 1)

ஓம்

நலமாகி வளமாகி மனம் நிறையும்
நல்லாரின் நட்பாகி புகழ் பரவும்,

வலிமையும் அமைதியும் மனதில் பிறக்கும்
வாய்மையே வாக்கினில் ஓங்கிச் சிறக்கும்,

வையமும் வாழ்த்தவே வாழ்வு பெருகும்
வாட்டிடும் கவலையும் வீழ்ந்து மறையும்,

"ஸ்ரீ கபால நாகேஸ்வரிக் கவசம்" என்னும்
நாகதேவதைக் கவசம் தன்னை,
நாளும் தியானித்துப் படிப்போர்க்கும்
நம்பியே ஒருமனதாய்க் கேட்போர்க்கும். ...1

ஸ்ரீ கபால நாகேஸ்வரி என்னும் நாகதாயை
மனக் கண்ணுள் இருத்திக்
கருத்துடன் கவசம் நான் பாட ...

சந்தனப் பிள்ளையார்
சாந்தமாய் ஏற்க,
குங்குமப் பிள்ளையார்
குளிர்ந்து ஏற்க,
மஞ்சள் பிள்ளையார்
மகிழ்ந்து ஏற்க, ...

நாகமே காப்புக் கயிறாகத்
தொந்தியிலே அணிந்துள்ள
தும்பிக்கையோனே!
ஐந்தலை நாக ஐங்கரனே காப்பு ...2

பூமியில் எங்கும் பயிர்ப்பச்சை நிறையவே
நிலத்தடி நீர் நிறைந்து நிலைக்கவே,
தப்பாமல் அருள்புரியும் புனிததேவியாம்
நாகதேவதை, புற்றாலய தெய்வமே
கபால நாகேஸ்வரீ
எப்போதும் துணை. ...3

கபாலம், நாகம், திரிசூலம் ஏந்திய
காளியின் அம்சமே!
ஆதிகால அதிசய உருவே!
அதிசக்தி தேவி, அற்புதத் திருவே!

வையகம் வாழவே
வழிவழி வந்து
வரம்தந்து அருளவே...
உருவான சக்தி!

கண்டோரின் கண்ணகம்
புகுந்து அருள் புரியும்
கனக தெய்வமே ...
ஸ்ரீ கபால நாகேஸ்வரி தாயே!

பசுவில்லாத கன்றும் உண்டோ?
தாயில்லாத சேயும் உண்டோ?
பசுவும்நீயே கன்றும் நானே
தாயும்நீயே சேயும் நானே,
உன்னருளாலே வளர்ந்தேனே! ...4

காலைநேரமோ மாலை நேரமோ
இரண்டும் சேர்ந்த உச்சிக் காலமோ,

பகல்வேளையோ இரவு வேளையோ
இரண்டும் சேர்ந்த மங்குல் வேளையோ,

அந்தியில் சந்தியில்
ஏமத்தில் யாமத்தில்,

எந்நேர மானாலும்
எப்போதும் என்னுடன்

இனிதாயிருந்தே
எனைக் காத்தருளே ...!

வீடோ காடோ
எங்கிருந்தாலும்,

அங்கெலாம் வந்தே
அன்னை என்னை
ஆதரித்தருளே ...!

தாயே கபால நாகேஸ்வரியே
தயை புரிந்தருளே ...! ...5

வருக வருக அம்மா வருக!
பளபள பளபள பளபள என்றே
பரிசுத்த உடலுடை அம்மா வருக!

வருக வருக அம்மா வருக!
தகதக தகதக தகதக என்னும்
திவ்ய பிரகாச தாயே வருக!

வருக வருக அம்மா வருக!
கமகம கமகம கமகம என்றே
கமழும் நறுமண நற்றாய் வருக!

வருக வருக அம்மா வருக!
வருக வருக சீக்கிரம் வருக!
சரசர சரசர வெனவே வருக! ...6

சிவனார் உடலின் அணியே வருக!
பெருமால் துயிலும் பஞ்சணையே வருக!

சக்திக்கு நிழலாம் குடையே வருக!
மாரியின் உடுக்கை ஒலியே வருக!

கந்தன் காலடித் திருவே வருக!
கணபதி தொந்திக் கவசமே வருக!

வருக வருக விரைந்தே வருக!
விறுவிறு விறுவிறு வெனவே வருக! ...7

விஷ்ணுவின் வெண்நாக அரசியே வருக!
சிவனாரின் செந்நாக அரசியே வருக!

பிரம்மாவின் கருநாக அரசியே வருக!
வருக வருக விரைந்தே வருக!

விரைவாய் வந்தருள் தரவே வருக!
வந்தருள் தந்தெனைக் காக்கவே வருக!

அற்புத உருவே - உன்
பொற்பாதம் பணிந்தேன்;
நற்கதி அடைய
நகையுடன் வருக!

அன்பின் உருவாய்
பண்பின் பிறப்பாய்
பாசத்தின் நேசமாய்
கருணையின் உருவாய்
ஸ்ரீ கபால நாகேஸ்வரி திருவாய்
அமைந்தாய் வருக! ...8

ஸ்ரீ சண்டீஸ்வரி யந்த்ர பீடத்தின்மே லமைந்த
ஸ்ரீ கபாலத்தின் நெற்றிப் பொட்டில்
நெற்றிக் கண்ணாய் நின்று நோக்கி,

ஸ்ரீ கபாலத்தின் இருபுறத்தும்
ஐந்தலைக் காவலராய் நின்று நோக்கி,

ஸ்ரீ கபாலத் திரிசூலத்தின் மேலேறித்
திக்கெல்லாம் காக்கத்
தாயாய் நின்று நோக்கி,

திரிசூலத்தாயான ஸ்ரீ கபால நாகேஸ்வரீ
உனை நான் பாட
எனை நீ காக்க,
வருக, எனக்கு நீ கவசமாக
எப்போதும் இருக்க வருகவே! ...9

கீழ வரிசைப் பற்கள் ஒன்பதும்
நவக்கிரகச் சக்தியாய்த் தெரிந்து அமைய,

மேல் வரிசைப் பற்கள் ஒன்பதும்
நவ காளி தேவதையாய்த் தெரிந்து அமைய,

இமைக்குழி இரண்டும்
இனிதாய் அமைய,
செவ்விழி இரண்டும்
சிறப்பாய் அமைய,
குமிழ்மூக்கு இரண்டும்
ஒளிராய் அமைய,
ஸ்ரீ கபாலத் தாயாய்
அருளும் நாகேஸ்வரியே

உனை நான் பாட
எனை நீ காக்க
வருக, எனக்கு நீ கவசமாக
எப்போதும் இருக்க வருகவே! ...10

மஹா காளியின் அம்சமே
மஹிமை மிகு அம்பிகையே
கனக நாக ஈஸ்வரி
ஸ்ரீ கபால நாகேஸ்வரீ!

எனக்கு நீ கவசமாய்
எப்போதும் காத்தருள
நான் பாடும் கவசப் பாடல்
கேட்டெழுகவே...! ...11

(பகுதி 2)

வளர்சிகைத் தலையை
மடிப்புடை மூளையை,
சிவனார் கழுத்தின் செந்நாகம் காக்க!

இமையுடைக் கண்களை
இருசெவி நாசியை,

பிறைநுதல் நாவினை
நிரல்நிறைப் பற்களை,

கோவை இதழ்களை
குரல்வளைக் கழுத்தினை,
பரமனார் கழுத்தின் படநாகம் காக்க!

நெஞ்சுக் கூட்டின்
துடிப்புடை இதயத்தை,

மார்புப் பக்க
மடிப்படை ஈரலை,
மலையனார் கையின் மாநாகம் காக்க!

செந்திறக் குருதியை
குருதியின் குழலினை,

பசையுடை நரம்பினை
தசைதோல் எலும்பினை
திருமால் பஞ்சணை வெண்நாகம் காக்க!

இரைப்பை கருப்பை
சிறுநீர்ப் பைகள்,
சிறுகுடல் பெருங்குடல்
வயிறு முழுதும்
விநாயகர் வயிற்றின் வடநாகம் காக்க!

உடல் இடை இடுப்பும்
தொடைநடுப் பகுதியும்,
கால்விரல் நகமும்
கணுக்கால் பாதமும்,
கந்தன் காலடிக் கனக நாகம் காக்க!

உடல் உயிர் மூச்சும்
மனம் வழிப் பேச்சும்,
மாரியின் நிழல்குடை கருநாகம் காக்க!

காக்க காக்க
கபால நாக ஈஸ்வரீ காக்க ...! ...12

இருக்க இருக்க
துணையாய் இருக்க,

பகலில் இரவில்
எந்நேரமும் இருக்க,

வீட்டிலோ வெளியிலோ
எவ்விடத்தும் இருக்க,

எட்டுத் திக்கும்
துணையாய் இருக்க,
இருந்தே காக்க...! ...13

கிழக்கில் கார்க்கோடகன் காக்க
மேற்கில் மகாபதுமன் காக்க!

வடக்கில் வாசுகி காக்க
தெற்கில் தட்சன் காக்க!

வடமேற்கில் பதுமன் காக்க
வடகிழக்கில் குளிகன் காக்க!

தென்மேற்கில் அநந்தன் காக்க
தென்கிழக்கில் சங்கபாலன் காக்க!

அஷ்டமகா நாகங்களும்
இஷ்டமுடன் காக்க ...
கஷ்டமெலாம் போக்க ...

காக்க காக்க
கபால நாக ஈஸ்வரீ காக்க ...! ...14

தீர்க்க தீர்க்க
கஷ்டம் யாவும் இக்கணமே தீர்க்க;
நிலம், நீர், அக்னி, வழித்தடம், கண்டம்,
யாவையும் தீர்க்க;

ஜெனன நேர, தோஷ கஷ்டம்,
அனைத்தையும் தீர்க்க;

யமபயம் இல்லா வாழ்வை ஆக்க
இகபர சுகமும் இக்கணமே ஆக்க! ...15

திருஷ்டி பீடைகள் நெருங்கா திருக்க
நீண்ட உடலுடை நெடுநாகம் காக்க

பில்லி சூனியம் பற்றாதிருக்க
படமெடுத்தாடும் பாந்தாள் காக்க,

ஏவல்வினை ஈடு அண்டாதிருக்க
நெலிந்தே செல்லும் அரவம் காக்க,

முன் ஜென்மத் தீவினை தொடராதிருக்க
சீறிப்பாயும் தாயே காக்க

இருப்பிடக் குத்தால்
ஆகும் பாதிப்பு
இல்லாமல் போக,
இசைக்கு இசையும்
இறையே காக்க...!

காக்க காக்க
கபால நாக ஈஸ்வரீ காக்க...! ...16

நாக ஈஸ்வரீ
நான் உன்னை நினைத்த கணத்தில்,
என்னருகே உள்ள, என் அயலே உள்ள
தீவினையெல்லாம்
கிளிடியத்து வழிபார்த்துப் பதறி ஓட
சிந்தை நொந்து அலறி மறைய...! ...17

காத்தோ கருப்போ காட்டுப்பேயோ
என்னைக் கண்டால் கடுகவே ஓட...

பிள்ளை பிடித்துத்
தொல்லை கொடுக்கும் கொள்ளிப் பிசாசு
என்குரல் கேட்டால் நடுங்கியே ஓட...

பாங்கிணத்து விடாப் பூதமோ
புதையல் காக்கும் காவல் பூதமோ
என்னைக் கண்டால் பதைத்தே ஓட...

பனங் காட்டுச் சுழல் காத்தோ
புளிய மரக் கிளியடியோ
என்பேர் கேட்டால் பறந்தே ஓட...

சுடுகாட்டு இடாகினியோ
இடுகாட்டுச் சண்டிப் பேயோ
என்குரல் கேட்டால் பதறியே ஓட...

விட்டகலா வேதாளமோ
விடும் குட்டிச் சாத்தான் வினையோ
என்னைக் கண்டால் விரைந்தே ஓட...

அடங்கா முனியோ
முரட்டு மோகினியோ
என்பேர் கேட்டால் அஞ்சியே ஓட... ...18

தலை மயிரும் மண்டை ஓடும்
வட்ட முட்டையும் கட்டைக் கறியும்
வெள்ளை எலும்பும் எலுமிச்சங் கனியும்
வேரால் செய்த வினைப் பொடியும்
தலைச்சன் பிள்ளையின் தேக மையும்
வெளிப்படாத வினை எழுத்துடன், ஆக
மண்ணுள் வைத்த கூடா வினைகள்
என்குரல் கேட்டால் கருகியே ஒழிய...!

பதுமைகள் செய்தே
பாதகம் செய்யும்
சாத்தான் வினையெல்லாம்
என்குரல் கேட்டால்...

தீயில் பட்ட மெழுகுபோல்
உருகி அழிய,
தீயில் விழுந்த சருகு போல்
கருகி ஒழிய,
தீயில் பற்றிய பஞ்சு போல
பொசுங்கி மறைய,
அருள்க அருள்க
கபால நாகேஸ்வரி அன்னையே அருள்க! ...19

கருந்தேள் செந்தேள் - கடிவிஷம் எல்லாம்
செய்யான் பூரான் - கொடுவிஷம் எல்லாம்

என் கைப்பட்ட திருநீற்றால் தீர...
அருள்க அருள்க நாகஜோதி அருள்க,

வாயு பித்தம் சிலேத்மம் இவற்றால்
ஆகும் பிணியெல்லாம் ஆகாதிருக்க
அருள்க அருள்க நாகநந்தினி அருள்க,

உடல்நோய் மனநோய்
எல்லாநோயும் இல்லாதிருக்க
அருள்க அருள்க நாகசயனி அருள்க,

எல்லாக் கிரகமும் எனக்கருள் புரிய
அருள்க அருள்க நாகேந்திரி அருள்க,

பொல்லாதாரும் நல்லார் ஆக
அருள்க அருள்க நாகபூஷணி அருள்க,

எல்லா மனிதரும் எனைப் போற்றிடவே
அருள்க அருள்க நாகேஸ்வரி அருள்க,

ஸ்ரீ கபால நாகேஸ்வரித் தாயே அருள்கவே! ...20

எத்தனைக் குறைகளோ
எத்தனைக் பிழைகளோ
இத்தரைமீது நான்
புரிந்திருந்தாலும்
பொறுப்பாயம்மா...!

நோய்மை இல்லா வாழ்வும் ஆக
வறுமை இல்லா வாழ்வும் ஆக
நானும் வாழ நல்லருள் புரிவாய்
நாகதேவதை
ஸ்ரீ கபால நாகேஸ்வரியே ...! ...21

பாடினேன் கவசம்
நாடினேன் உன்அருள்
நாயகியே வருக!

வருக வருக நாகசக்தி வருக!
சீறிப் பாய்ந்தே சீக்கிரம் வருக!
நெளிந்தே வளைந்தே நெடிதே வருக!

தகதக தக்கவென தேகம் உடையாய்
விறுவிறு விறுவென விரைந்தே வருக!

பளபள பளவென பரிசுத்தம் உடையாய்
படமெடுத்தாடியே பார்த்தே அருள்வாய்!

அருள்வாய் அருள்வாய் எனைக் காத்தருள்வாய்
ஸ்ரீ கபால நாகேஸ்வரி திருவாய் அருள்வாய்! ...22

சர்வ நல்கிரக சக்தியாய்
நவரத்ன மாலை அணிந்த துர்கா பரமேச்வரியே,

சர்வ நல்தேவதா சக்தியாய்
கருமுக்த மாலை அணிந்த காளீச்வரியே,

சர்வ மங்களா தேவியாய்
ஐம்படைத் தாலி அணிந்த நாகலக்குமியே,

ஸ்ரீ கபால நாகேஸ்வரி தாயே
எனைக் காத்தருள்வாயே! ...23

போற்றி போற்றி
கருநாக வடிவே, ராகுவே போற்றி!

போற்றி போற்றி
செந்நாக வடிவே, கேதுவே போற்றி!

மூச்சுக் காற்றால் மூவுலகை அழிக்கும்
அதி ஆற்றலுடைய அம்மா போற்றி!

யமுனா நதி நீரைக் கொதிநீராக்கிய
திடவுடல் உடைய தாயே போற்றி!

மேருமலைச் சிகரங்களை அசையாமல் பிடித்த
மாபெரும் மாதா போற்றி!

திருப்பால் கடல்கடைய கயிறாய் அமைந்த
கடல் கன்னீ போற்றி!

மாணிக்க வைரமே போற்றி
மஞ்சள்நிற ஒளிரே போற்றி
என்உடல் என் மனம்
எப்போதும் காப்பாய் போற்றி போற்றி! ...24

மும்மூர்த்தியரைப் படைத்த
அம்பிகையே!

மும்மூர்த்தியரும் பூஜித்தற்குரிய
அம்பாளே!

மூன்று பாக்ய ரேகையுடைய
பகவதியே!

ஐந்தொழில் புரிந்தருளும்
யோகேஸ்வரியே!

செந்நிறத்துள் சக்தி அம்சமான
மஹேஸ்வரியே!

கருவெண் செந்நிற மூவர்ண கண்களுடைய
பரமேஸ்வரியே!

இமையாத கண்களால் உலகைக் காத்தருளும்
லோக நாயகியே!

திரிசூல மேல்நின்று இமையவள்போல் அருளும்
        சூலேஸ்வரி நாகதாயே!

கபாலத்தில் அமர்ந்து சிவன்நெற்றிக்கண் போல்நோக்கும்
        கபாலீஸ்வரி நாகதாயே! நாக இலக்குமியே!

துர்கையும் ஆனாய்
காளியும் ஆனாய்
ஸ்ரீ கபால நாகேஸ்வரி தாயே!
    சரணம் சரணம்
    சரணம் தாயே சரணம்! ...25

ஸ்ரீ கபால நாகேஸ்வரி பாடல்கள்

அஷ்ட நாக தேவருடன்
அருள்மிகு ஸ்ரீ கபால நாகேஸ்வரி

"ஓம்
ஸ்ரீ கபால சக்தி
நாக சக்தி
சூல சக்தி
கபால நாகேஸ்வரி
சக்தி சக்தி சக்தி"

2.1. ஸ்ரீ கபால நாகேஸ்வரி போற்றி

போற்றி போற்றி
ஸ்ரீ கபால நாகேஸ்வரி தாயே
போற்றி போற்றி!

-1-

கிரகங்களின் தாயே
கிரகதோஷம் தீர்க்கும் தாயே,

நட்சத்திர நாயகியே
நன்மைபல ஆக்கும் தாயே, ...1

இனிதம் உடைய தாயே
இன்னலைப் போக்கும் தாயே,

புனிதம் உடையதாயே
பிணியைப் போக்கும் தாயே, ...2

வல்லமை உள்ளதாயே
நல்லமை ஆக்கும் தாயே,

ஆற்றல்மிகக் கொண்ட தாயே
ஆணவத்தை அகற்றும் தாயே, ...3

தூய்மை உடையதாயே
துயரத்தைத் துடைக்கும் தாயே,

வாய்மை உடையதாயே
நோய்மை தீர்க்கும் தாயே, ...4

பத்திமிக உடையோரின்
புத்தியை வளர்க்கும் தாயே,

சக்திமிக உடையதாயே
சகத்தைக் காக்கும் தாயே, ...5

தொடர்ந்து வணங்குவோரின்
தொழில்சரிவைத் தீர்க்கும் தாயே,

பற்றி வணங்குவோரின்
பொருள்நட்டம் போக்கும் தாயே, ...6

கிரகநிலை மாற்றங்களைக்
கணக்கிட்டுக் காட்டும் தாயே,

கெட்டகிரக சக்திகளை
ஓட்டியே காக்கும் தாயே, ...7

பில்லிசூன்ய ஏவல்களைப்
பறந்தழியச் செய்யும் தாயே,

முற்பிறவி வினைதீர்த்து
மனவுறுதி தரும் தாயே, ...8

மாங்கலிய தோஷத்தை
மஞ்சளால் தீர்க்கும் தாயே,

பாலக தோஷத்தைப்
பன்னீரால் தீர்க்கும் தாயே, ...9

தீராத பிணிகளையும்
திருநீற்றால் தணிக்கும் தாயே,

வினைபட்ட வாட்டங்களை
வேப்பிலையால் போக்கும் தாயே, ...10

குறைபட்டு வருந்துவோரைக்
குங்குமத்தால் காக்கும் தாயே,

கவலைப் பட்டுக் கலங்குவோரைக்
கனியால் காக்கும் தாயே, ...11

சந்தோஷ வாழ்க்கையினைச்
சந்தனத்தால் அருளும் தாயே,

தஞ்சமென அடைந்தோரைத்
தாய்போல் வளர்க்கும் தாயே, ...12

– ஸ்ரீ கபால நாகேஸ்வரி தாயே
போற்றி, போற்றி!

-2-

வணங்கி வரும் பக்தர்க்கு
வாழ்வுதரும் வல்லரசி,

நினைந்து வரும் பக்தர்க்கு
நன்மைதரும் நல்லரசி, ...13

முற்பிறவி வினைகளையும்
முடிவாக்கும் மூதரசி,

வாட்டமுள்ள மாதருக்கு
மலரளிக்கும் மாதரசி, ...14

– ஸ்ரீ கபால நாகேஸ்வரி தாயே
போற்றி, போற்றி!

-3-

அகில உயிர் யாவையும்
ஆக்கும் சக்தீஸ்வரி,

சிக்கெனப் பிடித்தோரைக்
காக்கும் சர்வேஸ்வரி, ...15

பக்தர்களைச் சோதித்துப்
பாதுகாக்கும் பரமேஸ்வரி,

எத்தர்களை நாள்பார்த்து
அழிக்கும் அதிபயங்கரி, ...16

மனமகிழ்ந்து பூசிப்போர்க்கு
வாழ்வுதரும் மகேஸ்வரி,

நாள்பல கடந்தாலும்
நலம்தரும் நாகேஸ்வரி, ...17

எடைபோட்டுக் கொடையளிக்கும்
மாங்கல்ய மகாமாரி,

தடைநீக்கி வழிகாட்டும்
மங்கள நாகமாரி, ...18

– ஸ்ரீ கபால நாகேஸ்வரி தாயே
போற்றி, போற்றி!

-4-

ராகுகால பூஜை செய்தால்
தோஷம் தீர்க்கும் சூலேஸ்வரி,

கேதுகால பூஜை செய்தால்
கவலை போக்கும் கபாலீஸ்வரி, ...19

ராகுகால பூஜை ஏற்பாய்
ராகுதுர்கா நீயே அம்மா,

கேதுகால பூஜை ஏற்பாய்
கேதுதுர்கா நீயே அம்மா, ...20

– ஸ்ரீ கபால நாகேஸ்வரி தாயே
போற்றி, போற்றி!

-5-

பிணிபோக்கும் மாமருந்தே
வினைதீர்க்கும் வித்தகியே,

அன்பருக்கு அன்னையே
அருளளிக்கும் அம்பிகையே, ...21

பிணிபோக்கும் மாமருந்தே
விதிதணிக்கும் தீபிகையே,

வணங்கிவரும் பக்தருக்குத்
துணைநிற்கும் தூயவளே, ...22

– ஸ்ரீ கபால நாகேஸ்வரி தாயே
போற்றி, போற்றி!

-6-

தோஷங்களை நீக்கித்
தேகத்தைக் காக்கும் சக்தி,

முற்பிறவி வினைகளை
முடிவு ஆக்கும் மஹாசக்தி, ...23

துன்பங்களை நீக்கித்
துணையிருந்தருளும் திரிசூல சக்தி,

கவலைகளை நீக்கிக்
காத்தருளும் ஸ்ரீ கபாலசக்தி, ...24

– ஸ்ரீ கபால நாகேஸ்வரி தாயே
போற்றி, போற்றி!

-7-

அனைத்து உலக உயிர்களுக்கும்
அருள்தந்து காக்கும் அன்னை
ஸ்ரீ கபால நாகேஸ்வரி ...

அகன்ற அருள்கண்ணுடையாள்
அகிலத்தைக் காத்திடுவாள்;

சிவந்த நிற விழியுடையாள்
சீர்பெறவே நோக்கிடுவாள்;

நம்பியே தொழுதோர்க்கு
நலமெல்லாம் தந்திடுவாள்;

வணங்கி வரும் பக்தருக்கு
வாழ்வு மலரத் துணையிருப்பாள்;

நினைத்திருக்கும் பக்தரின்
நெஞ்சினிலே புகுந்திடுவாள்;

முறையாகத் துதிப்போரின்
குறையெல்லாம் தீர்த்திடுவாள்;

குறையின்றிப் பூசையிட்டால
நிறைவாக அருள்புரிவாள்;

திரிசூலம் மேல் நின்று
திக்கெல்லாம் காத்திடுவாள்

ஸ்ரீ கபாலத்தில் அமைந்து
காலமெல்லாம் காத்து நிற்பாள் ...25

– ஸ்ரீ கபால நாகேஸ்வரி தாயே
போற்றி, போற்றி!

-8-

தாழ்ந்தாலும் நலிந்தாலும்
தப்பாமல் பூஜித்து
எப்போதும் நினைத்திருந்தால்,
தாங்கிடுவாள் திரிசூலதேவி;
நல்வழி தருவாள் நாகதேவி;
காத்தருள்வாள் ஸ்ரீ கபாலதேவி;
ஸ்ரீ கபால நாகேஸ்வரி தேவீ 26

2.2. ஸ்ரீ கபால நாகேஸ்வரி அருள் புரிக!

(எடுப்பு)

ஸ்ரீ கபால நாகேஸ்வரி தாயே!
நித்தம் நின் பாதம் நான் கும்பிடுகின்றேன்
அருள்புரிக தாயே!

(முடிப்பு)

உன்னை தரிசிப்பதில்
ஆத்மா நீடிக்கும்;
உன்னைப் பாடுவதில்
ஆனந்தம் உண்டாகும்;
சிவசங்கரி நீயே,
ஸ்ரீகபால நாகேஸ்வரி தாயே!
நித்தம் நின் பாதம்
நான் கும்பிடுகின்றேன்,
அருள்புரிக தாயே! ...1

நம்பியே தொழுவோர்க்கு
நலமே உண்டாகும்;
சர்வேஸ்வரி நீயே,
ஸ்ரீ கபால நாகேஸ்வரி தாயே!
நித்தம் நின் பாதம்
நான் கும்பிடுகின்றேன்,
அருள்புரிக தாயே! ...2

அநுதினம் நினைப்போர்க்கு
ஆயுள் நாள் நீடிக்கும்;
சக்தீஸ்வரி நீயே,
ஸ்ரீ கபால நாகேஸ்வரி தாயே!

நித்தம் நின் பாதம்
நான் கும்பிடுகின்றேன்,
அருள்புரிக தாயே! ...3

பணிவாய் வணங்குவோர்க்குப்
பிணி நீக்கும்
பரமேஸ்வரி நீயே,
ஸ்ரீ கபால நாகேஸ்வரி தாயே!
நித்தம் நின் பாதம்
நான் கும்பிடுகின்றேன்,
அருள்புரிக தாயே! ...4

சர்வகிரக சக்தியே!
சர்வகிரக தேவதை சக்தியே!
அண்டம் அகண்டம்
அனைத்திற்கும் அதிதேவதையே,
அன்னையே ஆதி ரூபே!
ஸ்ரீ கபால நாகேஸ்வரி தாயே!
நித்தம் நின் பாதம்
நான் கும்பிடுகின்றேன்,
அருள்புரிக தாயே! ...5

விதியின் கொடுமையினால்
மதிகெடும் வேளையிலே
நலமாக்கத் துணையிருக்கும் அம்மா!
ஸ்ரீ கபால நாகேஸ்வரி தாயே!
நித்தம் நின் பாதம்
நான் கும்பிடுகின்றேன்,
அருள்புரிக தாயே! ...6

கிரகநிலை பலவீனத்தால்
கஷ்டம் வரும் வேளையிலே

வளமாக்கத் துணையிருக்கும் அன்னையே!
ஸ்ரீ கபால நாகேஸ்வரி தாயே!
நித்தம் நின் பாதம்
நான் கும்பிடுகின்றேன்,
அருள்புரிக தாயே! ...7

வயது முதிர்வதனால்
நோய் பற்றும் வேளையில்,
சக்தியாக்கத் துணைபுரியும் அம்பிகையே!
ஸ்ரீ கபால நாகேஸ்வரி தாயே!
நித்தம் நின்பாதம்
நான் கும்பிடுகின்றேன்,
அருள்புரிக தாயே! ...8

முன்ஜென்ம வினையாலே
கஷ்டம் வந்தாலும்
நஷ்டம் நேரிட்டாலும்
நோய் பற்றினாலும்
நலிவு நேர்ந்தாலும்,
நம்பியே நாள்தோறும்
வணங்கி வரும் பக்தரை,
ஆசீர்வதித்து ஆதரிக்கும்
ஆதி பரமேஸ்வரியே!
ஸ்ரீ கபால நாகேஸ்வரி தாயே!
நித்தம் நின் பாதம்
நான் கும்பிடுகின்றேன்,
அருள்புரிக தாயே! ...9

நிறைவான பக்தி என் உள்ளத்தில்
நிலையாக இருந்து என்னை உயர்த்த வேணும்;
என்னால் பிறரும் உயரவேணும்;
முன் ஜென்ம வினை காரணத்தால்

சோதனை வந்தாலும்
வேதனை வந்தாலும்,
தாங்கும் இதயசக்தியைத்
தந்தருள வேணும்...
ஸ்ரீ கபால நாகேஸ்வரி தாயே!
நித்தம் நின் பாதம்
நான் கும்பிடுகின்றேன்,
அருள் புரிக தாயே! ...10

மலை அசைந்தே விழுந்தாலும் - என
மனம் உடைந்து போகாமல்,
உம்மையே தப்பாமல்
தொழுது வாழும் உள்ளத்தைத்
தந்தருள வேணும்
ஸ்ரீ கபால நாகேஸ்வரி தாயே!
நித்தம் நின் பாதம்
நான் கும்பிடுகின்றேன்,
அருள்புரிக தாயே! ...11

2.3. ஸ்ரீ கபால நாகேஸ்வரியின் மகிமை

அ

கபால ரூபிணி, கஷ்டநி வாரணி,
இனிதுரு தேவியே நீ;
பூதல தேவிநி, புகழ்தரு தாயிநி,
பூரண நிலவே நீ; ...1

நாக ரூபிணி, நஷ்டநி வாரணி,
நனிவுரு தேவியே நீ;
நாநில தேவிநி, நலந்தரு தாயிநி,
நந்தா ஒளியே நீ; ...2

சூலரூபிணி, சூன்யநி வாரணி
சுபவுரு தேவியே நீ;
சூழ்கடல் தேவிநி, சுகந்தரு தாயிநி,
சுடர்மிகு ஜோதியே நீ; ...3

ஆ

பூலோக வாசினி, பூலோக வாசினி,
புற்றாலய தேவியும் நீ;
பூசிக்கும் பக்தரை பூசிக்கும் பக்தரை,
நேசிக்கும் தாயும் நீ; ...4

இ

கபால நாகேஸ்வரி தரிசனம் – தரும்
சர்வ தெய்வீக அநுக்ரகம்;

கபால நாகேஸ்வரி வந்தனம் – தரும்
சர்வ கிரகதோஷ விமோசனம்;

கபால நாகேஸ்வரி பூசனை – தரும்
சர்வ கிரகநல் பலனை;

கபால நாகேஸ்வரி பாவினம் – தரும்
சர்வ பாபவினை நாசனம்;

கபால நாகேஸ்வரி தியானம் – தரும்
காந்த திடநல் இதயம் திவ்யம். ...5

2.4. தாயே அருளாய்!

- ஸ்ரீ கபால நாகேஸ்வரி தாயே
நித்யம் நின்பாதம் நான் கும்பிடுகின்றேன்.

சோதிமிகு சோமி நீயே
சினம் மிகு சண்டி நீயே,
சகத்தார் ஒன்று கூடி
சுகவழி வாழவே அருளாய்! ...1

அருள்மிகு அம்பாள் நீயே
ஆற்றல்மிகு அம்பிகை நீயே,
அகிலத்தார் ஒன்றுகூடி
அன்பு வழி வாழவே அருளாய்! ...2

பகையழிக்கும் ஐயை நீயே
புகழ் தரும் ஆரியை நீயே,
பூதலத்தார் ஒன்றுகூடி
பக்திவழி வாழவே அருளாய்! ...3

இருள்நீக்கும் திரிசிகை நீயே
ஒளி ஆக்கும் தீபிகை நீயே,
உலகத்தார் ஒன்றுகூடி
உண்மைவழி வாழவே அருளாய்! ...4

வளம்தரும் விந்தை நீயே
நலம் தரும் பிரபை நீயே,
நிலவகத்தார் ஒன்றுகூடி
நல்வழி வாழவே அருளாய்! ...5

குணம்தரும் குமாரி நீயே
தனம்தரும் தாயி நீயே,
தரணியார் ஒன்று கூடி
கருணைவழி வாழவே அருளாய்! ...6

மழைதரும் மாரி நீயே
மகிமை தரும் மாயி நீயே,
மாநிலத்தார் ஒன்றுகூடி
மாண்புவழி வாழவே அருளாய்! ...7

மனோதிடம் தரும் மாகாளி நீயே
மாஅருள் தரும் மகமாயி நீயே,
மண்ணகத்தார் ஒன்று கூடி
மறைவழி வாழவே அருளாய்! ...8

சர்வ கிரக சக்தியும்
சர்வ தேவதா சக்தியும்
சேர்ந்தமைந்த திருவுருவே
ஸ்ரீ கபால நாகேஸ்வரி தாயே!
நித்யம் நின்பாதம் நான்
கும்பிடுகின்றேன்;
காத்தருள்க தாயே! ...9

2.5. கபால நாக சூல தெய்வங்களே போற்றி

பாம்பைப்
பூணூலாக அணிந்து,
பக்தர்க்கு அருளும் - திரிசூல
ஆசுரி துர்கா போற்றி! ...1

மாநாகங்களை
மேனி முழுதும் அணிந்து,
பக்தர்க்கு அருளும் - திரிசூல
சாமுண்டா பரணி காளி போற்றி!

கபால மாலையை
கழுத்திலே அணிந்து,
பக்தர்க்குக் காட்சிதரும் – திரிசூல
ஸ்ரீ தக்ஷிண காளி போற்றி!

சர்ப்பங்களையே ஆபரணங்களாக
சரீரம் முழுதும் அணிந்து,
பக்தர்க்கு அபயமருளும் - திரிசூல
பரமேஸ்வரா! சர்ப்பேஸ்வரா போற்றி!

"சங்கு சக்கரம் வில்லம்பு
தண்டாயுதம் கத்தி" ஆகிய
ஐம்படைத் தாலியைக்
கழுத்திலே அணிந்து,
கருமுத்து மாலையும் அணிந்து,
பக்தர்க்கு வரமருளும்

"படநாக நெற்றிக்கண்" உடைய
ஸ்ரீ கபால நாகேஸ்வரி
அம்மா போற்றி! போற்றி!!

2.6. சர்ப்ப தோத்திரம்

(எடுப்பு)

புனித புற்றினுள் இருந்தருள் புரியும்
நாக தேவதை ஈஸ்வரியே
ஜெய ஜெய ஈஸ்வரி நாக ஈஸ்வரி
அடியவர்க் கருள்புரி ஈஸ்வரியே! ...1

(முடிப்புகள்)

வேப்ப மரத்தடி புற்றினு ளிருந்து
வீர விரதம் இருப்பவளே,
வேண்டி மதிக்கும் பக்தரைக் காத்து
வேண்டும் வரம்மே தருபவளே; ...2

பாலும் பழமும் படைத்தால் பருகும்
பெண்ணர சியே, பொன்னரசி,
பயமும் பக்தியும் பார்த்தால் நேரும்
பத்ர காளிநீ, ருத்ர காளி; ...3

சந்தான பாக்யம் அளிப்பவ ளேநீ
சந்தன நிறத்து சாந்தவதி,
சந்தோஷ வாழ்வே தருபவ ளேநீ
சீறிப் பார்க்கும் சர்ப்ப வதி; ...4

மஞ்சள் குங்குமம் மங்களமே நீ
நெஞ்சம் நிறைந்து ஏற்பவளே,
மாங்கல்ய சக்தி அளிப்பவ ளேநீ
நாக பூஷணி நாக சயனி; ...5

நகர்ந்த இடம்நறு மணமே வீசும்
நாத நந்தினி நாகேந்திரி,
அமர்ந்த இடம்பூ மணமே கமழும்
நாக வாகினி நாகேஸ்வரி; ...6

வேத பொருளை அறிந்தவ ளேநீ
வேதநாயகி வேதேஸ் வரி,
யோக பொருளே அளிப்பவ ளேநீ
யோக நாயகி யோகேஸ்வரி; ...7

மஞ்சள் நிறமணி மாணிக்க தேவி
மாதரியே, எம்மை ஆதரியே,
தகதக வென்றே ஒளியே வீசும்
திவ்ய மணி நீ நாக கன்னி; ...8

தினம் தினம் வணங்கும் தீவிர பக்தரின்
தோஷம் தீர்த்துத் துணையிருப்பாய்,
கமகம வென்றே நறுமணம் கமழும்
தாழம் பூவினுள் தவமிருப்பாய்; ...9

சிவனா ருடலில் அணியாய்த் திகழும்
சீர்மிகு சக்தி சிவசங்கரி,
சர சர வென்றே சடுதியா ஓடும்
சர்வ சக்தி நாகவல்லி; ...10

இசை யொலி கேட்டு திசையே வந்து
அசைந்தே ஆடும் நாகரசி,
குரலொலி கேட்டே மறைந்தே இருந்து
குறைகள் களையும் அருளரசி; ...11

நித்தமும் நினைக்கும் பக்தருக் கருளும்
நித்தய சக்தி, நாக ஜோதி,
புத்தியை வளர்த்தே சக்தியை வளர்க்கும்
சத்திய மிக்க செகசோதி; ...12

வளைந்தே நெளிந்தே வளைநா நீட்டி
வழங்கும் பாலைப் பருகிடுவாய்,
வாயால் பழத்தை விரும்பியே விழுங்கி
வேண்டும் வரத்தை வழங்கிடுவாய்; ...13

இராகு பகவான் ஆதிக்க நாளில்
நிலையிலா வுலகில் நாகம் மா,
மறவா துன்னை மனதுள் நினைத்தால்
நலமாய் வாழ்வு நிலையாகும்; ...14

நெய்யிரு விளக்குக ளேற்றி வைத்து
மெய்யிரு கைகளால் வணங்கி வந்தால்,
மனநலம் உடல்நலம் வளர்த்திடு வாயே
குணவதி யேயெங்கள் குலதெய்வமே; ...15

சனிநல் நாளாம் உமக்குரி காலம்
கனிவிளக் கொளியில் தெரியுமுன் கோலம்;
மரிக் கொழுந் தேமண மல்லிகை மலரே
மனமகிழ்ந் தேற்றருள் மாரியும் நீயே; ...16

சகல குறைகள் சடுதியி லகற்றும்
சிவசங் கரியே, சர்வ சக்தி;
சனிபக வான்போல் குணமுடை சக்தி
சர்வ மங்கள சர்வேஸ்வரி; ...17

பிணிகள் யாவையும் போக்கி யருளும்
பண்புடை தாயே, பரமேஸ்வரி;
நலமுடன் வளமே நிலையாய் அருளும்
நாக ஆயா நாகேஸ்வரி; ...18

கருநாக மாகி ராவு நிலாவை
மறைத் திருளாக்கும் ராகுநாகா!
ஒருநா ளும்உனை மறவா திருந்தால்
நலமாய் வாழ்வு நிலையாகும்மே; ...19

செந் நாக மாகி செஞ்சூ ரியனின்
செங்கதிர் விழுங்கும் கேதுநாகா!
சீர்மிகு பூசை உமக்கே புரிந்தால்
பேர்திகழ் பொருள்மிக வரவாகும்மே; ...20

மூச்சுக் காற்றால் மூவுல கழிக்கும்
நச்சுறு நன்மணி நாக கன்னி - உன்
திருவுறு கண்டால் திடுக்கிடும் மனமே
அருளொளி பட்டால் அமைந்திடும் வளமே; ...21

நதியின் நீரை நச்சுத் தீயால்
கொதிநீ ராக்கும் கனல் தேவி - உன்
கண்ஔளி பட்டால் கவலைகள் விலகும்
மண்நிலம் போற்ற வாழ்வு வந்தடையும்; ...22

திருக்கடல் கடைய திருக்கயி றான
திருவுரு வே, திவ்ய அருளுரு வே;
சாயா கிரகமே, மாயா சக்தியே
யோகப் பொருளே, பேருரு வே; ...23

இமய மலையின் சிகரத் தலைகள்
சிதறா திருக்கக் காத்தவ ளே,
வலிய சக்தி உற்றவளே
எளிய எம்மைக் காத்தரு ளே; ...24

சிவனார் தலைமேல் அமைந்தவ ளேநீ
சிவனருள் பெற்றச் சீரிய ளே – உன்
பொற்பதம் போற்றியே வழிபட் டாலே
ஆனந்த வெள்ளம், அற்புத மே; ...25

மாரியின் உடுக்கை மேலேறி
மக்களை நோக்கும் மாதரசி;
மாரியின் குடையாய் திகழ்பவளே
முப்பெரும் தேவியும் நீயே யன்றோ? ...26

உடுக்கை மேலேறி அருள்பவ ளே நீ
உலகைக் காக்கும் கிரகசக்தி;
மாரியின் குடையாய் அமைந்தவளே நீ
முப்பெரும் தெய்வ அருள்சக்தி; ...27

பிரம்மா அருகிருந் தருள்புரியும்
கருநா கரசியாய் ஒளிர்பவளே!
கருவுரு மனிதர் நலம் பெறவே
காத்தருள் மகள்நீ கலைமகளே; ...28

திருமால் அருகிருந் தருள்புரியும்
வெண்நா கரசியாய்த் திகழ்பவளே!
கருவுரு மனிதர் வளம் பெறவே
காத்தருள் மகள்நீ திருமகளே; ...29

சிவனார் அருகிருந் தருள்புரியும்
செந்நா கரசியாய்ச் சிறப்பவளே!
கருவுரு மனிதர் சீர் பெறவே
காத்தருள் மகள்நீ மலைமகளே; ...30

புனித புற்றினுள் இருந்தருள் புரியும்
நாக தேவதை ஈஸ்வரியே!
ஜெய ஜெய ஈஸ்வரி, நாக ஈஸ்வரி
கபால நாக ஈஸ்வரியே!
அடியவர்க் கருள்புரி ஈஸ்வரியே
நாகேஸ்வரியே சரணமம்மா! ...31

மங்களம் மங்களம் மங்களமே
மாநாகம் துணைசுப மங்களமே
மங்களம் மங்களம் மங்களமே
மகேஸ்வரி துணை சுப மங்களமே! ...32

"சனிநல் கிழமை ராகுகாலம் – இந்த
சர்ப்ப தோத்திரம் படித்தோர் கேட்டோர்
சர்ப்ப தேவதையின் அருள்பெற்று
சர்வ தோஷம் நீங்கி நலம்பெற்று வாழ்பவரே;
ஶ்ரீகபால நாகேஸ்வரியின் துணையால்
சொல்வாக்கும் செல்வாக்கும்
சிறக்கப் பெற்று வாழ்வரே." ...33

– ஓம் சிவ ஓம்
ஶ்ரீ கபால நாகேஸ்வரி ஓம்

2.7. நாகம்மாவே எப்போதும் காப்பு

பக்தர்களைக் காக்கவே
பாங்காகப் பார்த்திடுவாள் - நாகதேவி
படமெடுத்து நின்றே
அருளாசி தந்திடுவாள்; ...1

தோஷம் தோஷம் என
தோஷங்கள் எத்தனையோ?
அத்தனையும் போக்கி - நாகதேவி
அன்பர்களைக் காத்திடுவாள்; ...2

நாள்தோறும் வணங்கி வந்தால்
நலம் தருவாள் நாகதேவி - தேக
நலம் தருவாள்; - மன
நலமும் தந்துக் காப்பாள்; ...3

'தஞ்சம்' என அடைந்தோரை
'அஞ்சேல்' என்றே - நாக ஆயா
'அபயம்' அளித்திடுவாள்
அபயக் கரம் காட்டுகிறாள்; ...4

முன்ஜென்ம வினையாலே
முன்னோரின் சாபத்தால்
மதியெலாம் கலங்கி
மனமெலாம் மயங்கி, ...5

மாயாமல் மாய்ந்துகொண்டு - இந்த
மண்ணிலே வருந்துகின்ற
மக்களுக்கு விமோசனமே
மாநாக தரிசனமே! ...6

பரம்பரையாய்த் தொடர்ந்து - ஒரே வித
பாதிப்பை ஆக்கிவரும்
சாப - பாப தோஷமெலாம் மறைந்திடும்
சர்ப்பதேவி பூஜையாலே. ...7

நாக பக்தருக்கு
நான்கு திக்கும் பயமில்லை - புற்றாலய
பாம்பு பக்தருக்கு
பத்துத் திக்கும் பயமே இல்லை. ...8

முதிய வயதினிலே
உடல் வேதனை வரும்;
மன வேதனையும் வரும்
மரண பயமும் வரும் அப்பப்போ. ...9

நாகம்மாவை நினைத்திருந்தால்
நமக்கேதும் பயமில்லை - நம்
உயிர்பிரியும் வேளையிலும்
உடன்நின்றே துணை இருப்பாள்; ...10

சாமுண்டா தேவியை - நாகச்
சாமுண்டா தேவியை
சரணடைந்தே வாழ்வோர்க்குச்
சாவு பயமில்லை. ...11

வயோதிக வயதினிலே
வலியோ வலி தோன்றும்;
தசையுள்ள இடமெல்லாம்
தப்பாத வலி தோன்றும்;
நரம்புள்ள தடமெல்லாம்
நீங்காத வலி தோன்றும்;

எலும்புள்ள பாதையெல்லாம்
எப்போதும் வலி தோன்றும்;
நாளும் செல்லச் செல்ல
நெஞ்சிலே வலி தோன்றும்; ...12

உடல் வலியைத் தாங்கலாமே
மனவலியைத் தாங்கலாமோ?
மன வலியால் தானே
மாய்வரே பலபேரே; ...13

மனவலியின் நீட்டிப்பே
மரணத்தைக் கூட்டிவரும்;
மன வலிமை பெற்றால் - அந்த
மன வலி மாயமாகும் - பின்
மரணமும் தள்ளிப் போகும். ...14

மாதாவை பூஜித்து வந்தால்,- நாக
மாதாவை பூஜித்து வந்தால்,
மன வலிமை அடையும் தன்னாலே!
மரணபயமில்லா திடவாழ்வுடன் - இந்த
மண்ணுலகில் வாழலாகும்மே! ...15

நாற்றமுள்ள நம் உடலை
கூற்றமோ தொடாதே! -அதனால்
தூதுவனை விட்டிடுவான்;
தூதுவனும் வந்தே பார்ப்பான். ...16

நாற்றமுள்ள இவ்வுடலைக்
கையால் தொடாமல் - தன்
கயிற்றாலே பற்றிடுவான்
‘பாசம்’ எனும் கயிற்றாலே! ...17

இதனாலே -

பாம்பு தேவதையைப் – பக்திப்
பாசமுடன் பூசிப்போம் - பக்திப்
பிரியமுடன் பூசித்தால்- பாசக்
கயிறும் நேசமாகும் - மரணக்
கண்டமும் விலகிவிடும். ...18

ஸ்ரீ கபால நாகேஸ்வரி என்னும்
நாக தேவதையை நினைத்தே
நாமத்தை நாவில் உச்சரித் திருந்தாலே,
பிறவிப் புண்ய நற்பலனைப்
பெற்றே வாழ்ந்திடலா கும்மே! ...19

“ஸ்ரீகபால நாகேஸ்வரி துணை”
என்றாலே எப்போதும்-மனத்
தொய்வின்றி வாழ்ந்திடலா கும்மே! ...20

“ஸ்ரீ கபால நாகேஸ்வரி சரணம்”
என்றாலே எப்போதும் - தேகத்
தொல்லையின்றி வாழ்ந்திடலா கும்மே! ...21

ஸ்ரீ நாகர்
மற்றும்
ஸ்ரீ நாகதேவதை
பாடல்கள்

அருள்மிகு ஸ்ரீ சிவசக்தி நாகசாமி

ராகு-கேது தோசங்களை தீர்க்கும்

அருள்மிகு ஸ்ரீ சிவசக்தி நாகசாமி

3.1. புற்றாலய தெய்வ பூசை

புனித புற்றின் முன்
புனித நீர் தெளித்து,

மஞ்சள் தூள் தூவி
குங்குமப் பொட்டுமிட்டு,

மணமுள்ள மல்லிகையை
முன்னாலே தூவிவிட்டு,

சிரட்டையிலே பாலூத்தி
நேராக முன்னே வைத்து,

பாசிலையில் பாக்கு வைத்து
பழமும் அதில் வைத்து,

விரலி மஞ்சளை
வெற்றிலை மேல் வைத்து,

நல்லெண்ணெய் மண்விளக்கில்
பஞ்சுத் திரிஏற்றி,

தேங்காய் உடைத்துப்
பாங்காய் அருகில் வைத்து,

ஊதுவத்தி மணம் பரப்பி
கற்பூர ஒளி காட்டி,

வலமாய்ச் சுற்றி வந்து
நலமாய்ப் பூசித்தோர்க்கு

நன்மை பல செய்தே
நானிலத்தில் வாழ வைப்பாய்;

புற்றாலய தெய்வமே
நாக தேவதையே! ...1

வேப்ப மரத்தடியில்
வளர்ந்து வரும் புற்றின்முன்

முறையான பூசையாலே
குறையில்லாப் பரிகாரம்

நிறைவாகச் செய்தே
தொழுதுவரும் பக்தர்க்கு

தோஷத்தை நீக்கி
சந்தோஷம் ஆக்குவிப்பாய்;

புற்றாலய தெய்வமே
நாக தேவதையே! ...2

சுக்கிர வாரத்து
ராகு வேளையிலே

பால்பழம் கோழிமுட்டை
புற்றின் முன்வைத்தே,

எலுமிச்சங் களிவிளக்கு
எழிலாக அமைத்தே,

பஞ்சுத் திரியிட்டு
எள் எண்ணெய் இட்டு,

ஏற்றிவைத்துக் கும்பிட்டால்,
ஏற்றமே ஆக்கிடுவாய்;

புற்றாலய தெய்வமே
நாக தேவதையே! ...3

புற்றாலய தெய்வமே!
உனக்கு,
ஒன்பதுநாள் கனிவிளக்காம்
துயரத்தைத் தீர்த்து வைப்பாய்;
மூவேழுநாள் கனிவிளக்காம்
மாங்கலியம் கூட்டிவைப்பாய்;
ஒரு மண்டலக் கனிவிளக்காம்
ஒட்டியவினை நீக்கி வைப்பாய்;
எப்போதும் கனிவிளக்காம்
ஏழேழு பிறவிகாப்பாய்!

நாகதேவதையே!
நீ,
குடியிருக்கும்
கோயிலாம்
வேப்ப மரத்தடியில்
வளர்ந்த புற்றினுள்
வாகாகக் கைவிட்டு
ஈர மண்ணெடுத்து.
திருநாகேஸ்வரி மந்த்ரத்தைத்
தோதாக மந்தரித்தால் - அந்த
ஈரப்புற்று மண்ணு
'திருமண்ணு' ஆகும்; - அது
தீராத பிணிதீர்க்கும்
தேவலோக மாமருந்தாம்! ...4

3.2. நாக தெய்வங்கள் காப்பு

நாகமே காப்புக் கயிறாகத்
தொந்தியிலே அணிந்தருளும்
தும்பிக் கையோனே
ஐந்தலை நாக ஐங்கரனே காப்பு.

காக்க காக்க
விநாயகர் வயிற்றின்
வட நாகம் காக்க! ...1

காக்க காக்க
கந்தன் காலடிக்
கனக நாகம் காக்க! ...2

காக்க காக்க
மாரியின் நிழல்குடை
மாநாகம் காக்க! ...3

காக்க காக்க
சிவனார் கழுத்தின்
செந்நாகம் காக்க! ...4

காக்க காக்க
திருமால் பஞ்சணை
வெண் நாகம் காக்க! ...5

காக்க காக்க
நான்முக பிரம்மாவின்
கருநாகம் காக்க! ...6

காக்க காக்க
நாக தேவதையே காக்க!
ஸ்ரீகபால நாகமே,
கனகநாக ஈஸ்வரியே காக்கவே! ...7

3.3. நாகதாயே போற்றி!

நாகம்மா போற்றி
நாகம்மை போற்றி
நாகமணி மங்கை போற்றி
நாக மாதா போற்றி!

நாகவல்லி போற்றி
நாக அரசி போற்றி
நாக ஆயா போற்றி
நாக தேவி போற்றி!

நாக கன்னி போற்றி
நாக லக்ஷ்மி போற்றி
நாக ஈஸ்வரி போற்றி
நாக ஜோதி போற்றி!

நாக சயனி போற்றி
நாக நந்தினி போற்றி
நாக பூஷணி போற்றி
நாகேந்திரி போற்றி!

வணங்கியே வந்தோர்க்கு
வந்தவினை தீர்ப்பாய்;
வேண்டியே வந்தோர்க்கு
அண்டிய தோஷம் தீர்ப்பாய்;
தியானித்தே வந்தோர்க்கு
தீண்டிய ரோகம் தீர்ப்பாய்;
பூஜித்தே வந்தோர்க்கு
பக்க துணை இருப்பாய்;
போற்றி போற்றி
நாக தாயே
போற்றி போற்றி!

3.4. நாகர் அருள் சக்தி

பளபள பளபள பளபள வென்றே
பரிசுத்த உடலுடை நாகம் மா;
தகதக தகதக தகதக வென்னும்
திவ்ய பிரகாச தாயம் மா;
புற்றினு ளிருந்து பக்தருக் கருளும்
ஆதி குருசக்தி நீயம்மா; ...1

சரசர சரசர சரசர வென்றே
புற்றினு ளிருந்தே வந்திடுவாய்;
கமகம் கமகம் கமகம வென்றே
வந்த இடமெலாம் மணம் கமழும். ...2

சிவனா ருடலில் அணியாய்த் திகழும்
சிவந்த கண்ணுடை நாகம் மா; -ஓம்
சிவசிவ சிவசிவ சிவசிவ வென்றால்
உமதருள் கிட்டும் உத்தம மே. ...3

திருமால் துயிலும் இருக்கையாய்த் திகழும்
திருவுரு திவ்விய நாகம்மா – ஓம்
ஹரிஹரி ஹரிஹரி ஹரிஹரி என்றால்
உமதருள் கிட்டும் உத்தம மே. ...4

சக்திக்கு நிழலாம் குடையாய்த் திகழும்
ஒளிமிகு ஐந்தலை நாகம்மா – ஓம்
சக்திசக்தி சக்திசக்தி சக்திசக்தி என்றால்
உமதருள் கிட்டும் உத்தம மே; ...5

மாரியின் உடுக்கை மேலேறி பார்க்கும்
அருள்மிகு ஒருதலை நாகம்மா – மாரி
அம்மா அம்மா அம்மம்மா என்றால்
உமதருள் கிட்டும் உத்தம மே. ...6

கந்தன் காலடிக் காவலாய் இருக்கும்
கனக நிறவுடல் நாகம்மா – ஓம்
சரவண சரவண சரவண என்றால்
உமதருள் கிட்டும் உத்தம மே. ...7

கணபதி தொந்திக் கயிறாய் விளங்கும்
கருநிற அருள்மிகு நாகம்மா
ஓம்ஓம் ஓம்ஓம் ஓம்ஓம் என்றால்
உமதருள் கிட்டும் உத்தம மே. ...8

3.5. நாகா அருள்தா

மஞ்சள் நிறமணி நாகா – எங்கள்
நெஞ்சம் மகிழ அருள் தா;
சிவனார் உடலுக்குச் சீரணியே,
பெருமாள் துயிலுக்குப் பஞ்சணையே ...1

மஞ்சள் நிறமணி நாகா - எங்கள்
நெஞ்சம் குளிர அருள் தா;
கந்தனார் சாமிக்குக் காவலே
கருப்பண்ண சாமிக்கு ஏவலே ...2

மஞ்சள் நிறமணி நாகா - எங்கள்
நெஞ்சம் விரும்ப அருள்தா,
கருமாரி தேவிக்குக் குடையே
கணபதி தொந்திக்குக் காப்பே; ...3

மாரியாயி உடுக்கை மேலேறி
மழைமாரி வருவித்துக் காக்கும்
மஞ்சள் நிறமணி நாகா - எங்கள்
நெஞ்சம் நிலைக்க அருள் தாராயே! ...4

3.6. நற்குண நல்ல நாகா

மரிக்கொழுந்து வாசனையை
மனமகிழ்ந்து ஏற்கும் நாகா...காக்க! ...1

தாழம்பூ வாசனையில்
தவம் செய்து வசிக்கும் நாகா...காக்க! ...2

இசையில் பிரியமுள்ள
இளகுமன குணநாகா...காக்க! ...3

ஆடலில் திறனுள்ள
அழகுமிகு அற்புத நாகா...காக்க! ...4

கழியால் அடித்தோரைப்
பழிதீர்க்கும் ரோச நாகா...காக்க! ...5

நம்பியே தொழுதோர்க்கு
நலம்தரும் நேச நாகா...காக்க! ...6

நறுமணத்தில் நாட்டமுள்ள
நற்குண நல்ல நாகா...காக்க! ...7

சாதிமத பேதமில்லா
சக்தியுள்ள புத்தி நாகா...காக்க! ...8

பாலும் பழமும்
பிரியமுடன் விரும்பும் நாகா...காக்க! ...9

புற்றினுள் புகுந்திருந்து
பக்தர்களைக் காக்கும் நாகா...காக்க! ...10
காக்க காக்க காக்கவே!

3.7. அதிஆற்றல் நாகா சரணம்

கருநாக வடிவெடுத்து
ராகு பேருபெற்றுச்
சந்திரனை மறைக்கும்
நாகா சரணம்! ...1

செந்நாக வடிவெடுத்து
கேது பேருபெற்றுச்
சூரியனை மறைக்கும்
நாகா சரணம்! ...2

மூச்சுக் காற்றாலே
மூவுலகை அழிக்கும்
அதிஆற்றல் உடைய
நாகா சரணம்! ...3

ஐந்தலை உருவெடுத்து
காளிங்கன் பேருபெற்று
யமுனையில் வாழ்ந்த
நாகா சரணம்! ...4

யமுனா நதிநீரை – தன்
கொடிய நஞ்சாலே
சுடுநீராய் ஆக்கிய
நாகா சரணம்! ...5

சுடுநீராய் ஆக்கியதால்
கண்ணனுடன் சண்டையிட்டக்
கடுங்கோபக் கனல்
நாகா சரணம்! ...6

கடலைக் கடைந்து
அமிழ்தம் எடுப்பதற்கு
வாசுகி பேருபெற்றுக்
கடைக்கயிறாய் ஆன நாகா!...சரணம்! ...7

ஒருதலை உருவமாகி
மாரியாயி கை உடுக்கை மேலே
ஏறிநின்று அருள்பொழியும்
ஏற்றம்மிகு சக்திநாகா!...சரணம்! ...8

ஒருதலை உருவமாகி
மேருமலையான் தலைமேலே
ஏறிநின்று அருள்பெற்ற
பெருமைமிகு புகழ் நாகா!...சரணம்! ...9

ஆயிரம் தலைபெற்று
ஆதிசேஷன் பேருபெற்றுத்
திருமாலைத் தாங்கியுள்ள
திருப்பால் கடல் நாகா!...சரணம்! ...10

ஆயிரம் தலைகளாலும்
மேருமலை சிகரங்களை
அசையாமல் பிடித்து நின்று,
வாயு தேவை மிரளவைத்த
வலிமைமிகு மலை நாகா! ...சரணம்! ...11

காளன் காளாத்ரி
யமன் யமதூதி என்னும்
நச்சுப்பல் நான்கு உடைய
மாணிக்க வைர நாகா!...சரணம்! ...12

அநந்தன் கார்க்கோடகன்
குளிகன் சங்கபாலன்
பதுமன் மகாபதுமன்
தட்சன் வாசுகி
அஷ்டமகா நாகர்களே!
சரணம், சரணம்! ...13

பிரம்மாவின் கருநாகமே,
கல்விசக்தி கலைமகளே! போற்றி
திருமாலின் வெண் நாகமே,
செல்வசக்தி திருமகளே! போற்றி!
சிவனாரின் செந்நாகமே,
வீரசக்தி மலைமகளே! போற்றி! ...14
போற்றி போற்றியே!

3.8. காக்கும் நாக தெய்வம்

(எடுப்பு)

சூலினி நாகினி ஈஸ்வரீ - உன்
சுடர்க்கண் நோக்கிடம்மா!
காளினி கபாலினி தேவினி - உன்
கடைக்கண் காட்டிடம்மா!

(முடிப்புகள்)

தீயரே வந்து தடுத்தாலும் - உன்
திருவடி தொழுது நிற்பேன்;
துயருடன் வந்து தொழுதிடும் பக்தரின்
துன்பத்தைத் தீருமம்மா! ...1

பாதகரே வந்து பழித்தாலும் – உன்
பாதமே பணிந்து நிற்பேன்;
பாதிப்புடன் வந்து பணிந்திடும் பக்தரின்
பாதிப்பைத் தடுத்திடம்மா! ...2

வறுமையே வந்து வதைத்தாலும் - உனை
வணங்கியே வழிபடுவேன்;
வாட்டமுடன் வந்து வழிபடும் பக்தரின்
வாட்டத்தைப் போக்கிடம்மா! ...3

நோய்மையே வந்து நொடித்தாலும் - உனை
நோக்கியே பாடி நிற்பேன்;
நாடியே வந்து பூசிக்கும் பக்தரின்
நாட்டத்தை நல்கிடம்மா! ...4

நிந்தனை செய்து நசித்தாலும் – உனை
வந்தனை செய்து நிற்பேன்;
தேடியே வந்து தரிசிக்கும் பக்தரின்
தோஷத்தைத் தீர்த்திடம்மா! ...5

சுகம்தரும் நீயே, சகத்தவள் நீதான்
சூலேஸ்வரி தாயே!
நலம் தரும் நீயே, நல்லவள் நீதான்
நாகேஸ்வரி தாயே! ...6

என்னுயிர்க் கவர
எமன் வரும் போது,
"தருமா நில்" என்பேன் – எம
தருமா நில் என்பேன்;
"தாயை தரிசித்துச்
சடுதியில் வருவேன்
சற்றே பொறு" என்பேன்; ...7

இவ்வுயிர் போம்போது
எதுதான் உடன்வரும்?
ஏதும் வாராதே - உடன்
ஏதும் வாராதே; ...8

தாயின் அருள்மட்டும்
தன்னுடன் வந்திடும்-
தாயை வழிபடுவோம் - நாக
தாயை வழிபடுவோம். ...9

அம்மா நானுன்னை
அநுதினம் அநுதினம்
விதம்விதம் அலங்கரித்தே - தினம்
கண்ணாரக் கண்டாலே,
கவலைகள் மறையுதம்மா - மன
வலிமையும் கூடுதம்மா! ...10

சிரமே அறுந்தாலும் - என்
சிரமே அறுந்தாலும்...
அறுபட்ட சிரமும்
அம்மா உனைப் பாட,
வரமே தந்தருள்வாய்; ...11

கரமே அறுந்தாலும் - என்
கரமே அறுந்தாலும்,
அறுபட்ட கரமும்
அம்மா உனை வணங்க,
வரமே தரவேணும்; ...12

தினம் தினம் - உன்
திவ்ய ரூபத்தைத்
தவறாமல் கண்டு
தரிசித்து நான் துதிக்க...
இல்லையேல் -
தீயினில் வீழ்ந்து – என்
தேகம் கருகி, - உன்
திருவடிச் சேர்ந்திடவே – எனதுயிர்
திருவடிச் சேர்ந்திடவே - உன்
திருவடிச் சேர்ந்திடவே;
அம்மா வரமே தா; ...13

நோய்நொடி வந்தே
நொந்து நலிந்தே – என்
பேச்சே நின்றாலும்,
முனகித் திணறி என்
மூச்சே நின்றாலும், - எனதுயிர்
காற்றாய்ச் சுழன்று - உன்
காலடி வீசியே

பூசிக்க வரமே தா;
அம்மா என்னுயிர் - உன்னை
பூசிக்க வரமே தா; ...14

எத்தனை சோதனை
எத்தனை வேதனை
இத்தரை மீதினிலே;
"அம்மா கதி" என்றே - அம்மனை
அநுதினம் வழிபட்டால்
அமைதி கிடைத்திடும்மே – மன
அமைதி கிடைத்திடும்மே; ...15

அணை உடைந்தாலோ
அனைவரும் சேர்ந்தே
அணைத்தே கட்டிடலாம்;
மனம் உடைந்தாலோ
யார் கட்டமுடியும்?
மார்க்கமேநீ தானம்மா; ...16

மாசில்லா மனத்துடன்
நேசித்து வந்தே
பூசிக்கும் பக்தரை
அம்மா நீ காப்பாய் - நாக
அம்மா நீ காப்பாய்; ...17

தீதிலா மனத்துடன்
தணிவாக வந்தே
தரிசிக்கும் பக்தரை
தாயே நீ காப்பாய் - நாக
தாயே நீ காப்பாயே! ...18

3.9 நாக மாரி அருள் வேட்டல்

நாகமாக உருவான மாரியம்மா
நித்தம் உன்னை நினைத்தே வணங்குகின்றேன்;
நலமாக நான் வாழ காக்க வேணும் - உன்
நற்பாதம் வணங்கி நான் சரணடைந்தேன். ...1

ஐந்துதலை நாகம் கொண்ட மாரியம்மா - என்னை
ஆதரிக்க வேண்டியே வணங்குகின்றேன் – உன்
அருள்பார்வை என்மீது பட்டாலே – என்
குறைதீரும் மனது வைத்துப் பாருமம்மா! ...2

மல்லிகை மலராலே மாரியம்மா – உனக்கு
மனம் மகிழ மாலைகட்டிச் சூட்டுகின்றேன்.
மனம்நாடி இவ்விடத்தே எழுந்தருளி – என்
மனக்குறையைத் தீரவே கேளுமம்மா; ...3

எலுமிச்சைக் கனியாலே மாரியம்மா – உனக்கு
ஏற்றபடி மாலை கட்டிச் சாற்றுகின்றேன்;
என் குறையை இங்கே நீயும் கேட்பாயானால்
பெருவாழ்வு பெற்றே நானும் வாழ்ந்திடுவேன்! ...4

தீச்சட்டிக் கையிலேந்தி மாரியம்மா – உன்
திருக்கோயில் வலமாகச் சுற்றுகின்றேன்;
தீயவினை யாவுமே நீங்கிப்போக - உன்
திருப்பார்வை கிடைக்கவேணும் கருணைக்காட்டம்மா! ...5

வேப்பமர இலையாலே மாரியம்மா
ஆடைகட்டித் தீமிதித்துத் துதிக்கின்றேன்.
மனக்குறை யாவுமே நீங்கிப் போக -நீ
மனமிரங்கி இங்கே வந்துப் பாரும்மா! ...6

உடுக்கை ஒலி கேட்டாலே மாரியம்மா-நீ
ஓடிவந்து ஆடியே அருள்கொடுப்பாய்;
தீராத நோயெல்லாம் தீர்த்து வைப்பாய்
தாயாக வந்தென்னைக் காத்திடும்மா! ...7

மஞ்சள்முக மங்கள மாரியம்மா
மாங்கலியம் காத்திடுவாய் நீயே அம்மா;
மகமாயி உன்னையே சரணடைந்தேன்,
தாயாக வந்தென்னைக் காத்திடும்மா! ...8

தவத்தாலும் கிடைக்காத வரமெல்லாம் – உன்னைத்
தொழுதாலே கிடைத்திடும் நிச்சயமே;
தஞ்சமென உன்னையே வேண்டுகின்றேன்
தாயாக வந்தென்னைக் காத்திடும்மா! ...9

பிறவியாலே நேர்ந்த குறையெல்லாம் – உன்னை
பிரார்த்தித்தாலே நீங்கிடும் நிச்சயமே;
பணிவாக உன்னையே வேண்டுகின்றேன்
தாயாக வந்தென்னைக் காத்திடும்மா! ...10

மஞ்சள்முகத் தாயே மாரியம்மா
துர்க்கையாக இங்கே வந்து வீற்றிருப்பாயே
ராகுதேவன் பூஜைபெற்ற ராகுதுர்கையே – உன்
மலர்பாதம் அதனையே சரணடைந்தேன். ...11

(ஆசிரியர் உரை)

மாரியம்மனை வணங்கி மனநலம் பெறுவோம்;
மனவளம் பெறுவோம்; மன உறுதி பெறுவோம்;
நோயின்றி நன்மையே பெற்று வாழ்வோம்.

மாரி மழை பொழிந்து
மண் குளிர – இதனால் நம்
மனம் குளிர
மாரியம்மனை வணங்குவோம்.

ஸ்ரீ பரணி
பத்ரகாளியம்மன்
பாடல்கள்

அருள்மிகு ஸ்ரீ கபால நாகேஸ்வரி
விக்ரஹத்தை உருவாக்கி வழிபாடு புரியும் ஆசிரியர்

"இறையை வேண்டுவோம் - பிறர்
குறையும் தீரவே!"

4.1. பரணி பத்ரகாளி தாயி

-1-

பரணித்தாயே பத்ரகாளியம்மா – நீ
வாடி வருவோரின் வாட்டம் தீர்ப்பாய், வக்ரகாளீ!
உவந்து வருவோரின் உபாதை தீர்ப்பாய், உக்ரகாளீ!
நாடி வருவோரின் நட்டம் தீர்ப்பாய், நவகாளீ!
ஆடி வருவோரின் அல்லல் தீர்ப்பாய், அஷ்டகாளீ!

அம்மா நீ
மருள் நீக்கும் மாகாளீ
அருள் அளிக்கும் ஓங்காளீ
நல்லோரின் இதயத்தில்
குடியிருக்கும் குஹ்ய காளீ
பரணியில் உதித்த
சாமுண்டா பத்ரகாளீ
ஸ்ரீ கபால நாகேஸ்வரீ
பயதுரிதஹரி பத்ரகாளீ!

-2-

ஓங்கார கீதத்தால்
ஓடிவா ஓம் காளீ
ஆங்கார உள்ளத்தில்
அமுதத்தை நிரப்பிடம்மா!
அக்னியில் பிறந்தவளே
அதி ஆற்றல் உள்ளவளே!
நெருங்க முடியாத
நெருப்பாய் இருப்பவளே!

தனலாய் இருப்பவளே!
        தயைவுடனே அருளுமம்மா
அனலாய் இருப்பவளே!
        அன்புடனே அருளுமம்மா!

-3-

அம்மா உனக்கு
மல்லிகை மலரெடுத்து
மனமகிழ பூசித்தேன்;
கரியநிறக் காளியம்மா - உன்
அருள்பார்வை பட்ட இடம்
இருள் விலகி ஒளியாகும்;
சித்தம் எத்தனையோ
அத்தனையும் அள்ளித் தா
அந்தரியே சுந்தரியே
நலமான வாழ்வுக்கு
ஆரோக்ய உடலைத் தா;
நீலினியே சூலினியே!
நீலநிற தேவி நீயே!
சர்வக தாயி நீயே!

-4-

சக்திக்கு வழிகாட்டு
        சாகித்யம் பெற்றவளே!
முக்திக்கு வழிகாட்டு
        மோகதவம் செய்பவளே!

சந்தன மணம் போல் வாய்
நந்தவன மலர்போல்வாய்;
தென்றல் காற்றாவாய்;
தேனின் சுவையாவாய்;

-5-

நட்டநடு நிசியில்
நடுங்க வைக்கும் பைரவியே!
பொல்லாத மனிதர்களைப்
பழிவாங்கும் பைரவியே!
நில்லாதே பேய்பில்லி
நின் பேரை நினைத்தாலே!

-6-

கனலிலே கால் வைப்பேன்
கனிவுடனே கண் திறவாய்;
அனலிலே கால் வைப்பேன்
அன்புடனே அருள்தருவாய்;
தனலிலே கால் வைப்பேன்
தயைவுடனே காருமம்மா!

-7-

கன்று மகிழ்வது போல் - உம்மைக்
கண்டு மகிழ வேணும்;
உடல் நலிந்து பாடுகிறேன்-உம்

மகனைப் பாருமம்மா!
ஊனுருகிப் பாடுகிறேன் - நீ
உடனே வாருமம்மா!
அளவில்லா செல்வத்தை - எனக்கு
அள்ளித்தரக் கேட்கவில்லை;
அகிலத்தில் உள்ளவரை – உம்
அன்பிருந்தால் போதுமம்மா!

-8-

அருள்மிகு காளியம்மா
கோபக் கனலுடையாய்;
கோபத்தை நீக்கி இங்கே
குணமுடனே வாருமம்மா!

செவ்வாடைக் காளியம்மா
சிரிப்புடனே வாருமம்மா
மங்கள நீர் போல
மனம் குளிர்ந்து வாருமம்மா!

அன்பினால் தொழுகின்றேன்
ஆனந்தமாய் வந்திடம்மா
உலகளந்த நாயகியே - லோகமாதாவே
உன்னருள் வேண்டுமம்மா!
தவழும் குழந்தையாய்
தொழுகின்றேன் காளியம்மா!
விதிவழியை மாற்றிடுவாய்
வீர பத்ர காளியம்மா!

-9-

நாயகி பாவனையில்
நானுன்னை பூஜிக்கவில்லை;
சகியாகப் பாவித்தும்
நானுன்னை பூஜிக்கவில்லை;
தாயாக பாவித்தே
நானுன்னை பூஜிக்கிறேன்.
மாங்கலிய மணிமாலை
சூடியுள்ள சூலியம்மா!
கலியின் கொடுமையைக்
களையும் காளியம்மா!
சிரம் தாழ்த்தி வேண்டுகிறேன்
சதுரங்க நாயகியே!
சீக்கிரமே அருளுமம்மா
பரணி பத்ர காளியம்மா
“சாமுண்டா” பேருடையாய்
“கபாலி” ஈஸ்வரியே!
சரணம் சரணம் தாயே!

4.2. தீப காளி அம்மா

ஓம் காளி ஓம் காளி - என்று
ஓங்கார ஒலி எழுப்பி
அம்மாவை அழைத்திடு ஓம் - காளி
அம்மாவை அழைத்திடும் ஓம். ...1

அம்மாவை அழைத்து நாமே
அனுதினமே வணங்கிடு ஓம்
அனுதினமே வணங்கி வந்தால்
ஆனந்த நிலை பெறுவோம். ...2

எத்தனை நாளிருப்போம்
அத்தனை நாளும் துதிப்போம்
அத்தனை நாளும் துதித்தால்
ஆனந்த நிலை பெறுவோம். ...3

மணிமாலை அணிவிப்போம்
மலராலும் அலங்கரிப்போம்
கண்ணாரக் கண்டிடுவோம்
கவலையை மறந்திடுவோம். ...4

கனிவிளக்கு ஏற்றிவைப்போம்
பிணிநீங்க வேண்டி நிற்போம் - மனப்
பிணிநீங்க வேண்டி நிற்போம். ...5

நெய்விளக்கு ஏற்றிவைப்போம்.
நோய் நீங்க வேண்டி நிற்போம் - உடல்
நோய் நீங்க வேண்டி நிற்போம். ...6

அகல்விளக்கு ஏற்றி வைப்போம்
அருள்பெறவே வேண்டி நிற்போம் - அம்மன்
அருள்பெறவே வேண்டி நிற்போம். ...7

அம்மனையே வழிபடுவோம் – காளி
அம்மனையே வழிபடுவோம்;
வழிபடுவோம் அருள் பெறுவோம்;
அருள்பெறுவோம் வாழ்ந்திடுவோம்
வாழ்ந்திடுவோம் வாழவைப்போம். ...8

4.3. பரணி சாமுண்டா காளி சரணம்

பரணியில் உதித்த பரமேஸ்வரி
பத்ரகாளி சாமுண்டா சரணம்!
பக்தரைப் பரிவோடு காக்கும் தேவீ
சரணம் சரணம் தேவீ சரணம்! ...1

பாம்புகள் சூழ்ந்து காத்திருக்க,
பைசாசங்கள் சூழ்ந்து தொழுதிருக்க,
சப்தமாதர்களும் சூழ்ந்து துணையிருக்க,
பக்தர்களுக்கு அருள்தரும் காளீ! ...2

சர்ப்பாரணத்தோன் சுந்தரியே – உன்னையே
சரணம் அடைந்தோர்க்கு,
மரணம் பிறவி இரண்டும்
இச் சகத்தில் எய்தாதே;
எச்சங்கடமும் நேர்ந்திடாதே ...3

ஆனந்த தாண்டவனின் நாயகியே - உன்னையே
“அபயம்” அடைந்தோர்க்கு
“மரணபயம்” இல்லையே
இல்லவே இல்லையே; ...4

காலன் வரும் போதும்
காக்கும் தேவி காளீ!
காலனுக்கும் காலனான – உன்னையே
நினைத்து இருப்போர்க்கு
“எம பயம்” என்றும் இல்லையே; ...5

அரனாரின் பத்தினியே! - உன்னையே
அநுதினம் அநுதினம்
அடிபணிந்து தொழுவோர்க்கு
அஷ்ட திக்கு எங்கிருந்தும்
கஷ்டம் வந்து கசக்கிடாதே! ...6

அருள்தரும் ஈஸ்வரீ
அல்லும் பகலும் - உன்னையே
சிந்தையில் இருத்தித் தொழுவோர்க்குச்
சிவலோகமும் சித்திக்கும்மே! ...7

பிறப்பையும், இறப்பையும் ஏற்படுத்தும்
ஆதிநாதருக்கே குருவான காளீ!
ஆதிகுருவும் நீயே! - உன்னையே
நித்தமும் சிந்திப்பார்க்கு
விதி என்ன செய்யும்?
"விதி தாக்கும் சதி" அணுகாதே;
மகா பிரும்மம் நீயே அன்றோ? ...8

தோத்திரம் செய்து -ஒரு
மாத்திரை போதும் - உன்னையே
மறவாமல் துதிப்பார்க்குத்
தளராத திரேகத்தைத் தா
திடமான உள்ளத்தைத் தா. ...9

கபால நாக சூல பயங்கரி
பரணிபத்ர காளியம்மா
பரணி நடுநிசியில் - கற்பூர
ஜ்வாலா பூஜை செய்வார்க்கு
முக்காலமும் உணரவைப்பாய்; -போற்றி! ...10

ஆதியில் தோன்றிய அன்னையே!
அக்னியில் உதித்த அம்மையே!
அகிலத்தைக் காக்கும் அம்மா!
அண்டம் அகண்டம் எல்லாம்
நிறைந்துள்ள சர்வகதாயே; போற்றி!! ...11

புத்தி தரும்
புத்தி தந்து - நல்ல
சக்தி தரும் – மந்திரமா
சித்தி தரும் - மாண்டபின்னும்
முத்தி தரும். ...12

முத்தி தரும் முதல்வீ
மதிக்கு நாயகியே – உன்
மலரடி தொழுகின்றேன் – நான்
முன்செய் புண்ணியம்மே! ...13

துதி செய்தே மதிப்போர் முன்
உதிக்கின்ற திருவே!
தயாள அன்னையே – உன்
திருவடி தொழுகின்றேன் – நான்
முன்செய் புண்ணியம்மே! ...14

4.4. காளி எனக்குத் துணை

சூறாவளிக் காற்றாகிப்
புயலாகிப்
பூகம்மாகி,
அகிலத்தையே அழிக்கும்
ஆற்றலுடையாய்;
கபாலமாலை அணிந்த பத்ரகாளியம்மா
எனக்குத் துணையாய் இருக்க
வேண்டுமம்மா! ...1

மின்னலிட்டு
இடிகள் உண்டாக்கி,
மழைதந்து மக்களைக் காக்கும்
கபாலமலை அணிந்த பத்ரகாளியம்மா
எனக்குத் துணையாய் இருக்க
வேண்டுமம்மா! ...2

செடியாகி
மரமாகிப்
பூக்களிட்டுக் கனியாகிப்
பறவைகள் கொஞ்சும்
இயற்கையை உண்டாக்கி
மண்ணுலகைக் காக்கும்
ஆற்றலுடையாய்;
கபால மாலை அணிந்த பத்ரகாளியம்மா
எனக்குத் துணையாய் இருக்க
வேண்டுமம்மா! ...3

உடுக்கை ஒலி கேட்டு - மனித
கூட்டில் புகுந்து
அருளுரைக்கும் அன்னையே!
காளியம்மா!
எனக்குத் துணையாய் இருக்க
வேண்டுமம்மா! ...4

பாம்பாக வந்து
படமெடுத்தாடும் மாகாளியே!
எனக்குத் துணையாய் இருக்க
வேண்டுமம்மா! ...5

மங்கள இசைக் கேட்டு
மனமகிழ்ந்து வீற்றிருக்கும்
மாரியும் நீயே;
நித்தமும் உன்னைத் துதிக்கும்
எனக்குத் துணையாய் இருக்க
வேண்டுமம்மா! ...6

பாவிகளிடம் கோபமும்
பக்தர்களிடம் கனிவும் உடைய
வனதேவீ!
ஆக்கலும் அழித்தலும்
அதி ஆற்றலும் உடைய
மகா பல தேவி!
பரணி நடு நிசியில்
அக்னிப் பிழம்பாய்த் தோன்றும்
அக்னிதேவீ! அக்னி வர்ணீ!
ஜ்வாலாதேவி!
எனக்குத் துணையாய் இருக்க
வேண்டுமம்மா!
அருளாயே! ...7

4.5. காளி யாவர்க்கும் துணை

நீலகண்டரின் - கோப
நெற்றிக்கண் நெருப்பிலிருந்து பிறந்த
மகா காளியே!
எல்லோரும் நலம் பெற்று வாழ
உன்னையே பிரார்த்திக்கின்றோம். ...1

சகல ஆயுதம் கைகளில் ஏந்தி
சிங்காசனத்தில் அமர்ந்துள்ள
ராஜகாளியே!
எல்லோரும் நலம் பெற்று வாழ
உன்னையே பிரார்த்திக்கின்றோம். ...2

அசுரனைக் கீழே வீழ்த்தி
நர்த்தனம் ஆடிய
நடன காளியே!
எல்லோரும் நலம் பெற்று வாழ
உன்னையே பிரார்த்திக்கின்றோம். ...3

அரக்கர் செய்த
மாய வினைகளை
மாய மரக்கால் ஆடியே
நாசம் செய்த
யுத்த காளியே!
எல்லோரும் நலம் பெற்று வாழ
உன்னையே பிரார்த்திக்கின்றோம். ...4

கோபக்கனலைக் கக்கி
அசுரரை சாம்பலாக்கிய
உக்ர காளியே!
எல்லோரும் நலம் பெற்று வாழ
உன்னையே பிரார்த்திக்கின்றோம். ...5

கரும் பேய்கள்
காவலர்களாய் சூழ்ந்திருக்க,
பாம்புகள் ஊர்ந்திருக்க,
கற்காட்டிலே காப்புத் தெய்வமாக
கபால மாலை அணிந்துள்ள
பத்ர காளியே!
எல்லோரும் நலம் பெற்று வாழ
உன்னையே பிரார்த்திக்கின்றோம். 6

துதிப்போர்க்கு
எப்போதும் கருணை அருள்புரியும்
சண்டிகாளியே!
எல்லோரும் நலம் பெற்று வாழ
உன்னையே பிரார்த்திக்கின்றோம் ...7
அருளாயே!

4.6. காளிதேவி போற்றித் திருச்சிந்து

(எடுப்பு)

வெற்றிப் பேர்மகளே வருக! – தொன்மை
வீரப் போர்மகளே அருள்க!
முல்லைக் கான்மகளே வருக!–வன்மை
வெல்லும் வாள்மகளே அருள்க!

(முடிப்புகள்)

அந்தரி மாரி தாயே–எமக்கு
அறிவகம் அருளாய் போற்றி!
அமரி விபாவரி தாயே–எமக்கு
அறவகம் அருளாய் போற்றி! ...1

சங்கரி மாதரி தாயே–எமக்குச்
சதுரகம் அருளாய் போற்றி!
சண்டி சாமுண்டி தாயே–எமக்குச்
சத்தகம் அருளாய் போற்றி! ...2

அங்கணி ஆரணி தாயே–எமக்கு
ஆய்வகம் அருளாய் போற்றி!
கங்காணி நாராயணி தாயே–எமக்குக்
கதிரகம் அருளாய் போற்றி! ...3

மாகாளி வேதாளி தாயே–எமக்கு
மலரகம் அருளாய் போற்றி!
மாதங்கி மகமாயி தாயே–எமக்கு
மாண்பகம் அருளாய் போற்றி! ...4

அம்பை பிரபை தாயே–எமக்கு
அன்பகம் அருளாய் போற்றி!
அம்பிகை துர்க்கை தாயே–எமக்கு
ஆக்ககம் அருளாய் போற்றி! ...5

வாமி சோமி தாயே–எமக்கு
ஞானகம் அருளாய் போற்றி!
விந்தை பகவதி தாயே–எமக்கு
வளனகம் அருளாய் போற்றி! ...6

ஐயை ஆரியை தாயே–எமக்கு
இன்னகம் அருளாய் போற்றி!
மாயோள் பழையோள் தாயே–எமக்கு
மெய்யகம் அருளாய் போற்றி! ...7

4.7. துர்க்காதேவி அருட்பெருமை

(எடுப்பு)

தமருக ஒலியே செவியகம் புகுந்தால்
தீபக ஒளியை இதயகம் அளிக்கும்
திரிசிகை தாயே போற்றி! போற்றி!!
துர்க்கா தேவியே போற்றி! போற்றி!!

(முடிப்புகள்)

நெற்றிக் கண்உடை நீறோன்–திரி
சூலம் கைஉடை சூலோன்;
நஞ்சு கண்டுண்ட நீலோன்–கோப
நெருப்பின் பிறப்பே நீலி! ...1

சகல மாத்திறல் உரியாய்–தாயே
சத்த மாதரில் உயர்ந்தாய்!
சகல ஆயுதம் கொண்டாய்–தாயே
சிங்க ஆசனம் அமர்ந்தாய்! ...2

இரத்த பீசன்பேர் அசுரனை–காயக்
குருதி குடித்தே கொன்றாய்!
அரக்கர் மோசபேர் வினைகளை–மாய
மரக்கால் ஆடியே வென்றாய்! ...3

கடுஞ்சினக் கனலைக் கக்கி–தாயே
தாருகன் நீறாக அழித்தாய்!
கொடுஞ்சினக் கனலின் கதிரால்–தாயே
வைரவர் உருவாக வளர்த்தாய்! ...4

பரணி நாள்கூடி மகிழ்ந்தே–தமிழர்
புனித நீர்ஆடி மதிப்பர்;
வரகு கூழ்ஆக்கிப் படைத்தே,–உம்முன்
துணங்கை நடம்ஆடித் துதிப்பர். ...5

'வெற்றி வெல்போர்க் கொற்றி'–உடுக்கை
எட்டுத் திக்கினும் முழங்கும்;
சாறயர் களத்துத் தோன்றி–உமதருள்
வீறு பெற்றே விளங்கும்! ...6

பூந்தொடி மகளிர் கூடி–உமது
பாதம் போற்றிப் புகழ்வர்;
போர்க்கழல் மறவர் கூடி–உமது
தாகம் தணித்தே திகழ்வர். ...7

வீர சூள் உரைத்தே மறவர்–செறுவர்
கூறு படஒழித்தே வருவர்;–தம்
சீறு சிரம்அறுத்தே வைப்பர்–உமக்கு
நேர்த்திக் கடனளித்தே நிலைப்பர். ...8

கொற்ற வெண்குடை மன்னன்–உம்மைப்
போற்றிப் பராவியே செல்வான்;
கூற்றம் அஞ்சும்அமர் புரிவான்–புகழ்
வெற்றி முரசடித்தே வருவான். ...9

கருநிற நஞ்சுஉரு நீலி–புவியோர்
கண்டால் அஞ்சுஉரு சூரி;
கருதுவோர் நெஞ்சுஉறை கௌரி–துதிப்போர்க்குக்
கருணை அருள்புரி காளி! ...10

ஸ்ரீ முனீஸ்வரர்
மற்றும்
ஸ்ரீ பெரியாயி
பாடல்கள்

5.1. முனீஸ்வரர் அருள்தன்மையும் தோற்றப் பொலிவும்

-அ-

காட்டின் எல்லைஓரம்
காவல் காத்துக் கொண்டு
காவல் காக்கும் காவல்சாமி...முனீஸ்வரா! ...1

ஊரின் எல்லை ஓரம்
உட்கார்ந்து பார்த்துக்கொண்டு
ஊரைக் காக்கும் உயர்ந்த சாமி......முனீஸ்வரா! ...2

ஆட்டுக்கடா பொங்கல் வைத்து
வேண்டிக் கும்பிட்டால்
நன்மைதரும் நல்லசாமி......முனீஸ்வரா! ...3

முறையாய் கொண்டாடி
எறிசோறு வீசினாலே
ஏற்றுக்கொள்ளும் குணசாமி ...முனீஸ்வரா! ...4

உச்சிபகல் வேளையிலே
காடு மேடு எங்கும்
காற்றாய் ஓடும் ஆற்றல்சாமி......முனீஸ்வரா! ...5

நள்ளிரவு வேளையிலே
தன் வரம்பு காட்டுக்குள்ளே
வேட்டையாடும் வேடசாமி......முனீஸ்வரா! ...6

மழையிலே நீராடி
வெயிலிலே காய்ந்திருக்கும்
வெட்டவெளி வீரசாமி......முனீஸ்வரா! ...7

காத்து கருப்பெல்லாம்
கடுக ஓட விரட்டிவிடும்
கடுங்கண் கோபசாமி...முனீஸ்வரா! ...8

பேயி பிசாசு எல்லாம்
பறக்க ஓடத் துரத்திவிடும்
கோரப்பல்லு சூரசாமி...முனீஸ்வரா! ...9

பில்லி சூன்ய வினைகளை
வேரறுத்தே அழித்துவிடும்
வாளாயுத வலிமைசாமி...முனீஸ்வரா! ...10

பக்தியுடன் வாழ்ந்து
பாடுபடும் பக்தர்களின்
பக்கம் வாழும் பெரியசாமி...முனீஸ்வரா! ...11

கேடு செய்தவர்கள்
மனம் மாற ஈடுபோட்டால்
மாற்றிவிடும் மகிமைசாமி...முனீஸ்வரா! ...12

பழிபாவம் செய்வோரை
துளி இரக்கம் காட்டாமல்
பழிவாங்கும் சீற்றச்சாமி...முனீஸ்வரா! ...13

மனித உடலுக்குள்
ஆக்ரோசமாய் புகுந்து
வாக்கு சொல்லும் அருள்சாமி...முனீஸ்வரா! ...14

பாலகப் பருவமுதல்
வணங்கி வரும் என்னைப்
பாதுகாக்கும் பலசாமி...முனீஸ்வரா! ...15

-ஆ-

உருண்டு திரண்ட பெரிய கண்களுடன்,
கருவிழி நடுவில் நிற்க நேரான பார்வையுடன்,
துடிப்பாக அமைந்த கொடுவாள் மீசையுடன்,
முத்து வரிசை போல தெரியும் மேற்பற்களுடன்,
கீழ்நோக்கி வளைந்த கோர பற்களுடன்,
அகன்று பரந்த அமைப்பான நெஞ்சுடன்,
அதிகோபத் தோற்றத்துடன் அமர்ந்துள்ள அப்பனே!
முனி அப்பனே!

உன்முன் நோக்கி நின்று
முறையிட்டு வேண்டுகின்றோம் - எங்கள்
குறைதீர்த்து அருளும் அப்பா!

-இ-

சாமி நீ, - திட்டின் மேலமர்ந்து
திரிசூலம் பார்த்தவாறு,

சாமி நீ, - வலது கையாலே
வாள் பட்டை பிடித்தவாறு,

சாமி நீ, - இடது காலை
தொடை மீது வைத்தவாறு,

சாமி நீ, - வலது காலை
மண்மேல் வைக்காமல்
துண்டுபட்ட வல்லரக்கன்
மண்டைமேலே வைத்ததேனோ?

சாமி நீ, - தீயோரை அழித்து
நல்லோரைக் காத்திடுவாய்!
முனி அப்பன் சாமியே - உன்முன்
நோக்கி நின்று,
முறையிட்டு வணங்குகின்றோம் - எங்கள்
குறைகளைத் தீரும் சாமி!

-ஈ-

ஐயனே நீ, - அமர்ந்திருக்கும் கோலமோ
அசரவைக்கும் கோலம் ஐயா,

ஐயனே, - கோபமுள்ள இடத்திலே
குணமும் உண்டல்லவா?

ஐயனே, - உம்மைப் பணிவாக வணங்குவோர்க்குத்
துணையாக இருப்பாயே!

-உ-

அப்பனே நீ - மினுமினுக்கும் மகுடத்தைத்
தலையிலே அணிந்து,

அப்பனே நீ - கதிர்வீசும் குண்டலங்களைக்
காதுகளில் அணிந்து,

அப்பனே நீ - பிரகாசிக்கும் பதக்க மதாணிகளைக்
கழுத்திலே அணிந்து,

அப்பனே நீ - ஒளிவீசும் வாகுவளையங்களைத்
தோள்பட்டைகளில் அணிந்து,

அப்பனே நீ - பளபளக்கும் பட்டக்காப்புகளை
மேல் கைகளில் அணிந்து,

அப்பனே நீ - கதிர் ஒளி காப்புகளை
முன் கைகளில் அணிந்து,

அப்பனே நீ - மின்னலிடும் மோதிரங்களைக்
கைவிரல்களில் அணிந்து,

அப்பனே நீ - சலசலக்கும் சலங்கைகளை
கால்களில் அணிந்து,

அப்பனே நீ - ஜொலிக்கும் மெட்டிகளைக்
கால் விரல்களில் அணிந்து,

அப்பனே நீ - நெற்றியிலே நீறணிந்து
நிறைவான பொட்டுமிட்டு
அமர்ந்துள்ள அருள்காட்சி
கண் நிறைந்த காட்சி அப்பா!

- ஊ -

“இறைவன் ஈஸ்வரனார்
கரைவேட்டி அணிந்து வந்து
மேட்டின் மேல் அமர்ந்தாரோ?
கம்பீரத் தோற்றத்தில்” – என்று
நினைக்கத் தோன்றுதப்பா
உன்னைக் காண்கையிலே!

-எ-

ஊர் மனிதர் அனைவருமே
ஒன்றுகூடி வாழவேணும்;
ஒன்று கூடி வாழ்ந்தாலே
நன்று பெற்று வாழ்வாரே;
ஓரியாய் வாழ்தல்
மனிதருக்குள் ஆகாது;
-முனீஸ்வரா! நீ,
இரண்டு உருவாய் அமர்ந்து – உன்
எல்லைப் பகுதிகளை
எப்போதும் காக்கின்றாய்; - இப்போது
உன்னை வழிபடும் எங்களைக்
காத்தருள வேணுமப்பா!
கழுகுமேட்டு முனீஸ்வரா!
கருணைமிகு முனீஸ்வரா காத்தருளே!

5.2. காத்தருள்க முனீஸ்வரா

முனீஸ்வரா முனீஸ்வரா
காடு காக்கும் முனீஸ்வரா!
காத்தருள்க முனீஸ்வரா
ஓம்ஸ்ரீ முனீஸ்வரா. ...1

காத்துக்கருப்பு முனீஸ்வரா
கடுக ஓட்டுவாய் முனீஸ்வரா!
சாத்தான் வினையை முனீஸ்வரா
சடுதியில் விரட்டுவாய் முனீஸ்வரா. ...2

பேய் பிசாசு முனீஸ்வரா
பறக்க ஒழிப்பாய் முனீஸ்வரா!
பில்லி சூன்யம் முனீஸ்வரா
தொல்லை தீர்ப்பாய் முனீஸ்வரா. ...3

ஈடுபோட்டால் முனீஸ்வரா
கேடு ஆக்குவாய் முனீஸ்வரா!
நல்லோரைக் காக்கும் முனீஸ்வரா
நாட்டம் உடையாய் முனீஸ்வரா. ...4

வணங்கி வந்தால் முனீஸ்வரா
மனதுள் அமர்வாய் முனீஸ்வரா!
தொழுது வந்தால் முனீஸ்வரா
துணையாய் வருவாய் முனீஸ்வரா. ...5

பாடிவந்தால்	முனீஸ்வரா
பயம் தீர்ப்பாய்	முனீஸ்வரா!
காத்தருள்க	முனீஸ்வரா
முனீஸ்வரா	முனீஸ்வரா. ...6

கள்ளம் கபடு இல்லாமல்
கண்ணால் கண்டு தரிசித்தால்,
நல்ல காரியம் நிறைவேறும்
ஓம்ஶ்ரீ முனீஸ்வரா! ...7

"முனீஸ்வரா முனீஸ்வரா" - என்று
உச்சரித்து இருந்தாலே,
உள்ளம் உடலும் திடமாகும்
உயர்வே வாழ்வில் உண்டாகும். ...8

முனீஸ்வரா முனீஸ்வரா
காடு காக்கும் முனீஸ்வரா!
ஊரும் காப்பாய் முனீஸ்வரா
காத்தருள்க முனீஸ்வரா. ...9

ஓம் ஶ்ரீ முனீஸ்வரா
கழுகுமேட்டு முனீஸ்வரா!
காத்தருள்க முனீஸ்வரா
முனீஸ்வரா! முனீஸ்வரா! ...10

5.3. ஸ்ரீ பெரியாயி துணை

காட்டுப்பக்கம் கரட்டுப்பக்கம்
காவ(ல்) காக்கும் காவ(ல்) தாயி;
அருள்மிகுந்த அம்மாயி - உம்மை
அழைக்கும் பேரு பெரியாயி! ...1

சித்துபல செய்யும்தாயி
சத்தியுள்ள பெரியாயி;
பத்தியாய் பிரார்த்திப்போரை,
பத்திரமா(ய்) காக்கும் தாயி! ...2

தியானித்து இருப்போர்க்குத்
தயாபரியா(ய்) இருக்கும் தாயி;
மதியிலே புகுந்து
விதியைத் தணிக்கும் தாயி! ...3

தரிசித்துச் செல்வோர்க்குக்
கரிசனம் காட்டும் தாயி;
மனதிலே புகுந்து
மனக்கவலை போக்கும் தாயி! ...4

கும்பிட்டுச் செல்வோரின்
கூடவே செல்லும் தாயி;
கண்மூடித் தூங்கயிலே
கனலாய்த் தோன்றும் தாயி! ...5

வாளாயுதம் சூலாயுதம்
வகையாகப் பெற்றத் தாயி;
அதிசய உருவான
ஆற்றல்மிக உடையதாயி! ...6

அரைக்கண்ணால் பார்த்திருந்தே
அன்பர்களைக் காக்கும் தாயி;
பாதிக் கண்ணால் பார்த்திருந்தே
பக்தர்களைக் காக்கும் தாயி! ...7

வாட்டம் பல நேர்ந்தாலும்
"விடுவேனோ" என்றெண்ணி
வழிபடும் பக்தர்களை
விழிதிறந்து பார்க்கும் தாயி! ...8

பதிபோட்டுப் பொங்கலிட்டுப்
பக்தியுடன் கும்பிட்டா(ல்),
குலம் காக்கும் பெரியாயி - உமது
காப்பு வேண்டுகிறோம்
அருள் புரிக தாயே! ...9

பகுதி – II

இரகங்கள் தொடர்பாக...
கருத்துரைகள்

❖ கண்களால் காணுவதற்கு முடிவது கிரகம். கண்களால் காண முடியாதது தெய்வம். ஆனால், கண்களால் காணமுடியாத தெய்வீகச் சக்தியை விக்ரகத்தினுள் புகுத்திப் பயன்பெற்றுக் கொள்ள முடியும். ஞானிகளும், முனிவர்களும், மகான்களும் இத்தகைய அரிய செயல்களைப் புரிந்து போயினர். மந்த்ர - மாந்த்ரீகச் செயல்களாலும் விக்ரகத்தினுள் சக்தியைப் புகுத்தி அமைக்க முடியும். மனித உடல் உறுப்பு அமைப்பு நன்கு அமைந்து இருந்தால் தான் அந்த உடலினுள் உயிர் இயங்கும். இதேபோல் விக்ரக அமைப்பு அதற்குரிய இலக்கண அமைப்புப்படி இருந்தால்தான் அதனுள் சக்தியை ஊட்ட முடியும். ஒவ்வொரு தெய்வீக விக்ரகமும் ஒவ்வொரு வகைச் செயல் பாட்டுச் சக்தியை உடையது. எனவே, விக்ரகச் சக்தி செயற்கையானது; கிரகச் சக்தி இயற்கையானது.

❖ கிரகங்கள் அநுகூலமாக இருந்து வழிவிட்டால்தான் தெய்வ அனுக்கிரகத்தைப் பெறமுடியும்.

❖ தருமகாரியம் இல்லாத தெய்வீக வழிபாட்டால் பிரயோசனம் இல்லை. இதன்பொருட்டே தெய்வீக வழிபாடு முடிந்தவுடன் "பிரசாதம்" இலவசமாக வழங்கப்படுகிறது. இது "கிரக சாந்திக்காக" என்பதை உணர்தல் வேண்டும்.

❖ கிரகபீடை உடையோர் வீட்டினுள் இருந்தாலும் வீணான வம்புகள் வரும்; நினைத்த நல்ல காரியம் நிறைவேறாது. "உன்னைப் பிரிந்து அரண்மனையில் இருக்கமாட்டேன்" என்று கூறித் தன் கணவன் இராமனுடன் காட்டுக்குச் சென்றாள் சீதை. ஆனால், காட்டிலே பிரிந்தாள். எதனால்...? கெட்ட கிரக வினையால்.

❖ கெட்ட கிரக காலத்தில் பிறரின் சதிக்கு ஆளாகிறான் மனிதன். அந்தச் சதியைத் "தாங்கிக் கொள்ளும்" மனோசக்தியைத் தருவது தெய்வீக நம்பிக்கையும், வழிபாடுமே ஆகும்.

❖ கிரகம் சரியில்லை என்றால் தெய்வ தரிசனத்தாலும் வழிபாட்டாலும் கூட நல்வழி கிட்டாது. ஆக, கிரகத்தின் தடையில்லா விடையைப் பெற்றால்தான் தெய்வ அருளைப் பெறமுடியும்.

❖ மனிதனின் உடல் உள்ளம் உயிர் ஆகியவற்றின் அமைப்பியக்கமும், குணம் செயல் ஆகிய வாழ்க்கை நிலையும் கிரகங்களைப் பொருத்தே உள்ளன.

❖ கிரகப் பரிகாரங்கள் என்னும் விதத்தில் பிறர்க்குத் தருமகாரிய உதவிகள் புரிதல், நினைக்கத் தக்கது. மனிதநேய அன்பும், கருணையும் ஆகிய நல்லுள்ளத்துடன் அவரவர் சக்திக்கேற்ப பொது நலத் தருமகாரியம் செய்து வருதலே, கிரகங்களுக்குச் சாந்தி அளிக்கும்.

❖ கிரக வழிபாடு, கிரகதியானம் ஆகியவற்றுடன் கிரகங்களைப் போற்றிப்பாடி வருதல், மனதுக்குத் "தெம்பு" அளிக்கும்; நாளடைவில் நலிந்துவரும் பிறர்க்கு நல்வழி காட்டுகின்ற நன்மனிதனாகிப் "பிறவி அச்சம்" இல்லாமல் தெய்வத்தின் துணை நமக்குண்டு என்னும் அசைக்க முடியாத நம்பிக்கையுடன் வாழ்ந்து, "மரணமில்லாப் பெருவாழ்வு" பெறலாம்.

❖ கோவிலுக்குச் சென்று தெய்வதரிசனம் கண்டு, திரும்பி வீட்டிற்கு வருகின்ற வழியில், விபத்து போன்ற துயரத்திற்கு ஆளாகும் மனிதரைப் பார்த்து, "இப்படி நிகழ்ந்து விட்டதே என்ன கிரகமோ தெரியவில்லையே" என்று கிரகத்தை நினைக்கிறோம். இதிலிருந்து என்ன தெரிகிறது? "கிரகம் ஆற்றல் உடையது" என்பது தெரிகிறது.

❖ ஜெனன ஜாதகத்தின் வழி கிரகதோஷத்தைக் கண்டுணர்ந்து, அந்த கிரகதோஷத்தைத் தணித்துக் கொள்வதற்கு முறையான சடங்கு - பரிகார வழிபாட்டுச் செயல்கள் செய்து

கொள்ள முற்படும்போது...செய்துகொள்ள முடியாதபடி தடை - குறுக்கீடு - பெரும்பாலும் நேரிடுகிறதே! ஏன்? அதுதான் கிரக சக்தி!

❖ கிரகங்களின் சக்தியை உணர்ந்தே, கிரகங்களின் அதிதேவதைகள் பிரத்யதி தேவதைகள் எனக் கிரகங்களைத் தெய்வங்களோடு சார்த்தி அமைத்துள்ளனர் முன்னோர். எனவே, "கிரக வழிபாட்டுடன் கூடிய தெய்வீக வழிபாடே" முழுமையான - நிறைவான - பயனுள்ள வழிபாடு ஆகும்.

❖ நாள், நேரம் ஆகிய காலத்துக்கு உட்பட்டதே நவக்கிரக வழிபாடு. புறத்தூய்மையும், அகத்தூய்மையும் நவக்கிரக வழிபாட்டாளருக்குத் தேவை. கோயில் சுற்றுச் சுவரின் உட்பகுதியில் இருந்தாலும் நவக்கிரகங்கள் அமைக்கப்பட்டுள்ள இடம், தூய புனிதத்தன்மையுடன் இருத்தல் வேண்டும். பக்தி நெறியாளருக்குத் தெய்வ பலன்களை அடையும்படிச் செய்து, தாங்களும் நற்பலன்களை அளிப்பன நவக்கிரகங்களே. **ஆதலின் தெய்வ தரிசனம் கண்டு நவக்கிரகங்களையும் முறையாக வழிபட்டு இன்னல்கள் நீங்கப்பெற்று நிறைவாக வாழ்வோமாக!**

நவக்கிரகப் போற்றித் திருவகவல்

“நவக்கிரகப் போற்றி திருவகவல்”
என்னும் நவகோள் பாக்களை,

நாளும் தியானித்துப் படிப்போர்க்கும்
நம்பியே ஒருமனதாய்க் கேட்போர்க்கும்-

நலமாகி வளமாகி மனம் நிறையும்
நல்லாரின் நட்பாகிப் புகழ் பரவும்,

வலிமையும் அமைதியும் மனதில் பிறக்கும்
வாய்மையே வாக்கினில் ஓங்கிச் சிறக்கும்,

வையமும் வாழ்த்தவே வாழ்வு பெருகும்
வாட்டிடும் கவலையும் வீழ்ந்து மறையும்,

சித்தியெல்லாம் கைகூடி – நாளும்
சீர்பெற்றே வாழ்வார் காண்!

நவக்கிரக போற்றித் திருவகவல்

சூரியன்

அனலி கனலி பருதி போற்றி
இரவி இருட்பகை இனனே போற்றி!

கிரகபதி உடுபதி உதயன் போற்றி
கிரணன் ககேசன் சவிதா போற்றி!

சூதன் சூரன் பீதன் போற்றி
செங்கதிர் எரிகதிர் எல்லோன் போற்றி!

தினகரன் திவாகரன் பதங்கன் போற்றி
தபனன் தாமன் பானு போற்றி!

ஆதியில் தோன்றிய ஆதித்தா போற்றி
ஆதபம் அளிக்கும் ஆதபா போற்றி!

அகிலம் ஆக்கிய அதிபனே போற்றி
ஞாலம் காக்கும் ஞாயிறே போற்றி!

இருளைப் போக்கும் இருள்வலி போற்றி
அருளை அளிக்கும் அருக்கா போற்றி!

விண்தவழ் கோள்களின் கோவே போற்றி
விண்திகழ் விளக்கே! வெய்யோன் போற்றி!

கீழ்த்திசைக் கிளம்பும் கதிரே போற்றி
செம்பொன் பிழம்புச் சுடரே போற்றி!

பிறப்பும்	இறப்பும்	மாறித்	தொடர்தலை
மறைந்தும்	தோன்றியும்	காட்டும்	கொடிநிலை!
வருகை	கண்டே	காலம்	காண்பர்
வாய்மை	தவறா	வள்ளலே	போற்றி!
பித்தப்	பிணியும்	நெஞ்சு	நோயும்
பற்றா	திருக்கப்	பார்த்தே	அருளாய்!
கண்மணி	ஒளியைக்	காத்தே	அருளாய்
விண்மணி	ஒளிரே!	போற்றி	போற்றி!
தெய்வீக	ஒளியை	இதயமுள்	அளிப்பாய்
விண்திகழ்	சூரியா!	போற்றி	போற்றியே!

சந்திரன்

நெடுநீர் கடலில் நிலமகள் நடுங்க
அலைநீர் கடலில் மலைமகள் மருள,

நீல மேனியன் நெடியோன் திருமுன்
நீல கண்டன் நடேசன் அருளால்,

காம தேனுவும் கற்பக விருட்சமும்
ஐரா வதமும் அமிழ்தும் கிளம்ப,

அலைமகள் தோன்றி மாலுடன் சேரக்
கலைகளாய்த் தோன்றிய நிலவே! போற்றி!

திருப்பால் கடலில் திருவுடன் தோன்றி
நீலோன் சடையில் நீருடன் அமர்ந்தாய்!

அண்டம் அனைத்தும் ஆக்கிய அவனோ
துண்டப் பிறையான் திகழ்பேர் பூண்டான்!

இன்பமும் துன்பமும் மாறித் தொடர்தலை
வளர்ந்தும் தேய்ந்தும் காட்டும் பிறையே!

சகட வாழ்வே சகதியர் வாழ்வெனச்
சாற்றும் மதியே! போற்றி போற்றி!

நதிபதி தந்த உடுபதி போற்றி
பதின்அறு கலையுடை அம்புலி போற்றி!

ஆம்பலை மலர்க்கும் அல்லோன் போற்றி
கண்களை ஈர்க்கும் வெண்கதிர் போற்றி!

மன்மத	வெண்குடைத்	தண்கதிர்	போற்றி
எம்மதம்	போற்றும்	ஈர்ங்கதிர்	போற்றி!

உண்டது	செரித்து	உப்புதல்	இன்றி
உண்டி	வயிறு	உரம்பெற	அருளாய்!
சீதளக்	கடுப்புச்	சிறிதும்	இன்றிச்
செருமுதல்	அறவே	அழித்தே	அருளாய்!
நினைவைப்	போக்கி	நற்குணம்	கெடுக்கும்
மனநோய்	சுகநோய்	வராமல்	அருளாய்!
தொல்லை	தந்திடும்	தோல்படர்	நோயும்
இல்லை	ஆக	அருளாய்	போற்றி!
பக்க	வாதம்	பாதிப்பு	இன்றிச்
சக்தி	பெறவே	சந்திரா!	போற்றி!
ஆன்மீக	ஒளியை	இதயமுள்	அளிப்பாய்
விண்திகழ்	திங்களே!	போற்றி	போற்றியே!

அங்காரகன்

பசுபதி நெற்றிச் சுடர்விழி வியர்வை
புவிமிசை வீழ்ந்து சிசுவாய்த் தோன்ற,

புவிமகள் எடுத்தனள்; புதல்வனாய் ஏற்றனள்;
புவிமகன் வளர்த்த புகழ்மிகு பௌமனே!

அழல்மிக உடைய அழகிய ஆரலே!
அழலவன் குசன்எனப் பேர்பெறும் குருதியே!

வக்கிர குணமுள வக்கிரா! போற்றி
அங்கா ரகனே! போற்றி போற்றி!

உடல்வலு போக்கும் நரம்புத் தளர்ச்சியும்
உண்டிப் பைப்பித்த மண்டை நோவும்,

சிறுநீர்ப் பையின் பெருங்குறை நிலையும்
சிறுசிறு காயம் உடல்பெறும் நிலையும்,

இம்மை வாழ்வில் வராமல் அருளாய்!
பூமகன் மங்களன் போற்றி போற்றி!

சொக்கன் சிசுவே! நிலமகள் வளர்வே
இரத்த வண்ணா! போற்றி போற்றி!

சிந்தனை அறிவும் சற்குண இயல்பும்
செவ்வாய் அருளாய்! போற்றி போற்றியே!

புதன்

கலைமதிப் புதல்வா போற்றி போற்றி
இலைப்பசும் பிரியா போற்றி போற்றி!

கருநிற வண்ணா போற்றி போற்றி
கலையறி மன்னா போற்றி போற்றி!

ஓய்விலா உழைப்பு உற்ற தாலே
வாயு காரண வாத நோயும்,

மூளை உழைப்பு மிக்க தாலே
தேக நரம்புத் தளர்ச்சி வளர்ச்சியும்,

ஞாபக மறதியும் நாப்புண் ஆதலும்
ஞான காரகா! நசிய அருளாய்!

புவிபுகழ் கலையியல் அறிவியல் அளிப்பாய்
விண்நிகழ் புதனே! போற்றி போற்றியே!

குரு

சிரத்தா தேவியின் தவப்பயன் புதல்வா!
பிரகாப் பதியே! போற்றி போற்றி!

அங்கிரா முனியின் அருமை மைந்தா!
அங்கீ ரசனே! ஆசான் போற்றி!

வானவர் குருவே! போற்றி போற்றி
ஞானச் சுடரே! சித்தா! போற்றி!

கனக நிறத்தோய் போற்றி போற்றி
கனல்மிகக் கொண்டோய் போற்றி போற்றி!

பேருரு உடையோய் போற்றி போற்றி
பேருயர் உள்ளோய் போற்றி போற்றி!

நெஞ்சை உழற்றும் மஞ்சள் உரோகம்
அஞ்சச் செய்யும் சரும குரூரம்,

வதைத்தே வாட்டும் மூட்டு வாதம்
பதைக்க நலிக்கும் நரம்பு உபாதம்,

நோய்தல் இல்லா வாழ்தல் தாராய்!
காய்தல் இன்றிக் காத்தல் அருளாய்!

அறவினை புரியும் அறிவைத் தாராய்!
அருங்கலை அறியும் ஆற்றலை அருளாய்!

தே ஒளி வாழ்வு தவ வலி தாராய்!
தே சொளி வியாழா! போற்றி போற்றியே!

சுக்கிரன்

ஆதி வேதியா போற்றி போற்றி
அசுர குருவே போற்றி போற்றி!

வெண்ணிற ஒளிரே போற்றி போற்றி
எண்ணிலாக் கதிரே போற்றி போற்றி!

இதயக் கூட்டின் கடூர இடரும்
கவச ஓட்டின் கொடூர கடுப்பும்,

காது மூக்கின் கடுமை வலியும்
காமப் போக்கின் சோக நலிவும்,

நிலநீர் நெருப்புக் கருவிக் கண்டமும்,
எழுநா உருவே! எழாமல் காப்பாய்!

அகில சாத்திரம் அறிந்தே இசைபெற
ஆடக சுக்கிரா அளித்தே அருளாய்!

நல்லமை கீர்த்தி அருளாய் போற்றி
வெள்ளி மூர்த்தி போற்றி போற்றியே!

சனி

அருக்க தேவனின் அரும்பெரும் புதல்வா
அந்தன் அழகனே போற்றி போற்றி!

சாயா தேவியின் சீர்மிகு புத்திரா
சத்தமன் சவுந்தரா போற்றி போற்றி!

தீரா வருத்தும் குடல நோயும்
ஆறா நசிக்கும் ஈறு நோயும்,

உள்ளம் உருக்கும் உயிர்ப்புனல் பிணியும்
உடலம் மருட்டும் படர்தோல் பிணியும்,

இரைப்பை நிறைகூழ் செரியா நோயும்
செவிஇரை கேள்வி இல்லா நிலையும்,

நெருங்கா நலஉடல் அளிப்பாய் அருளாய்
ஒருப்படும் இறைவா போற்றி போற்றி!

தெய்வ சிந்தனை இதயம் அளித்துத்
தொய்விலா வாழ்வு தந்தே அருளாய்!

நட்பை மறவா நற்குணம் நல்காய்!
நீலப் பிரியா! போற்றி போற்றி!

நன்னெறி செல்லும் சற்குணம் அளிப்பாய்
கருநிற வண்ணா! போற்றி போற்றி!

தணிவாய் வணங்குவார் பிணியற அருள்வாய்
சனிபக வானே! போற்றி போற்றியே!

இராகு

விப்பிர சித்தி புத்திரா போற்றி
சிம்மிகை தேவி சிசுவே போற்றி!

நாளும் பெயருடை காலம் பெற்றாய்
இராகு பெயராய் போற்றி போற்றி!

திருமால் அருளால் இருபால் ஆகி
இராகுவே, மறுபால் கேது ஆனாய்!

இருசுடர் மருள பேரிடர் புரியும்
கரந்துறை கோளே! போற்றி போற்றி!

குடலில் இருந்தே உடலை உருக்கும்
குடலம் உண்ணி உறாமல் காப்பாய்!

நடந்தால் மயக்கும் பித்த நஞ்சும்
நினைத்தால் மருட்டும் முளைக் கட்டியும்,

இல்லா நல்ல உடலை நல்காய்
இராகு நாகா! அருளாய் போற்றி!

மஞ்சள் நிறப்பிணி வராமல் காப்பாய்
மஞ்சள் நிறமணி இராகுவே போற்றி!

இம்மை மாந்தரை நட்பு ஆக்கும்
இதய காந்த சக்தி அளிப்பாய்!

பொய்மை போக்கி வாய்மை வளர்க்கும்
மெய்மைத் தெய்வ பக்தி அளிப்பாய்!

சனிபக வான்போல் குணமுடை நாகா!
இனிதே வாழ்தல் அருளாய் போற்றியே!

கேது

இராகு உடலின் கூறுவே போற்றி
கேது பெயராய் போற்றி போற்றி!

சூழ்படை அங்கணன் போன்றாய் போற்றி
வாள்படை உடையாய் போற்றி போற்றி!

ஏதம் போக்கும் ராகுவின் தம்பி
கேதுவே! அருளாய் போற்றி போற்றி!

இராகுவின் தன்மையே கேதுவின் தன்மை;
இராகுவின் பார்வையே கேதுவின் பார்வை;

உறுகண் இன்றி உன்னதம் அடைய,
தறுகண் கேதுவே! அருளாய் போற்றியே!

நவக்கிரகப் பாடல் பயன்கள்

நவக்ர கங்களின் அருள் தரும் பாக்களை
நாளும் பாடுவோர் நலம்பல பெறுவரே!
இத்தரை மீதும் சக்தியைப் பெறுவர்;
அத்தரை மீதோ முக்தியைப் பெறுவரே!

இல்லத்தில் இருந்தே இரண்ய நேரத்தில்
நல்நெய் தீபம் நலமாய் ஏற்றியே,
நாளும் வணங்கி வேட்டலைப் பாடின்,
நோயது நீங்கி நலமே ஓங்குமே!

சனிநாள் அன்று சன்னிதி சென்று
நல்நெய் தீப நல்ஒளி பரப்பி,
ஒன்பது தடவை ஒழுங்காச் சுற்றுமின்;
துன்பம் தீர்ந்திடும் துதித்துப் பாடுமின்!

சனிபக வானோ சாந்தியும் அடைவான்;
விண்மீன் துன்பம் கண்முன் மறையும்;
கோள் தரும் துன்பம் வீழ்ந்திடும் திண்ணம்;
நவக்கோள் கடவுளர் நலமாய்க் காப்பரே!

ஆணோ பெண்ணோ அநுதினம் படிப்போர்
சொப்பனம் நீங்கி நித்திரை பெறுவரே;
மனநலம் உடல்நலம் வலிமை வளர்ந்திடும்;
வறுமை ஓடிடும்; வளமுடன் வாழ்வரே!

பொதுவாக...
கருத்துரைகள்

- ❖ பந்தை தரைமீது எந்த அளவுக்கு வேகமாக ஓங்கி அடிக்கிறோமோ அந்த அளவுக்கு மேலே உயர்ந்தெழும். இதேபோல், எந்தளவுக்கு உழைப்பும், முயற்சியும் செய்கிறோமோ, அந்தளவுக்கு வாழ்க்கை உயர்வு உண்டாகும்.

- ❖ உடம்புக்குக் காரமும் தேவை. இனிப்பும் தேவை; வாழ்க்கைக்கு கஷ்டமும் தேவை. மகிழ்ச்சியும் தேவை; அப்போது தான் வாழ்க்கையை இனிதே சுவைக்க முடியும். நல்ல அநுபவசாலியாக பிறர்க்கு வழிகாட்டியாகவும் வாழமுடியும்.

- ❖ விஞ்ஞான அறிவுடன் இலக்கிய அறிவும் வளர வேண்டும். வெறும் விஞ்ஞான அறிவு மட்டும் வளர்ந்தால், வாழ்க்கையில் சுவையின்றி விரக்தி தோன்றிவிடும். அன்பு, பண்பு, பாசம், காதல், நேயம், பண்பாடு, வாழ்க்கை மகிழ்வு ஆகியன அடைந்து வாழ்வதற்கு இலக்கிய அறிவு இன்றியமையாதது.

- ❖ கொலை, களவு, பொய், காமம், புறங்கூறல் - இவற்றை பஞ்சமா பாவங்கள் என்பர். இவற்றுடன் (1) பழகிய நண்பருக்கே பாதகம் புரிதல்; (2) செய்ந்நன்றி கொல்லுதல் – இவ் இரண்டையும் சேர்த்தால் சப்தமா பாவங்கள் ஆகும். எவ்வகையிலேனும், பாவம் செய்யாதவரே மனிதநேய உயர்வோர்.

- ❖ திருமணமான ஆணும், பெண்ணும் முற்பகுதி வாழ்க்கையில் கணவனும் மனைவியுமாக வாழ வேண்டும். பிற்பகுதி வாழ்க்கையில் துணைவனும் துணைவியுமாக வாழ வேண்டும். இதுவே உயரிய இல்லற வாழ்க்கை, குடும்ப வாழ்க்கை ஆகும்.

- ❖ எண்ணுகின்ற எண்ணம் நன்றாயிருந்தால், உண்ணுகின்ற உணவால் தோஷம் ஏற்படாது.

❖ ஊன் உண்டாலும், உண்மை நெறி பக்தியுடன் வாழ்ந்தால் மனதுள் உள்ஒளி அமையும். “சப்தமா பாவம்” செய்தோர்க்கு உய்வது ஒன்றுமில்லை.

❖ தூசுபட்ட உணவு உண்டவர் – தம் உடலை மட்டும் கெடுத்துக் கொள்வர். ஆனால் மாசுபட்ட மனம் உடையவர் – பிறர் உடலையும் கெடுப்பர்.

❖ பிணமாகிப் போனாலும், குணம் மாறாத பிறவி - மானிடர் பிறவி. நற்குணத்துடன் மனித நேயத்துடன் வாழ்தலே அறிவுடைமை. மாண்டபின்னும் மாட்சிமை பெறும்.

❖ நம்மைத் தாங்குவது இந்த மண்ணே! நாம் தின்பதற்கு உணவு நீர் கொடுப்பது இந்த மண்ணே! இறுதியில் நம்மையே தின்பதும் இந்த மண்ணே! நிலையாமையை உணர்ந்து செயல்பட்டால், நிலையான இடத்தில் நம் பேர் நல்லிடம் பெறும்.

❖ வரட்டு கௌரவம், விரட்டும் செல்வத்தை;
ஆழமுள்ள சமநிலத்தில், அமைதியாக ஆறு ஓடும்;
ஆழமில்லாத சரிவு நிலத்தில், அரவமிட்டே ஆறு ஓடும்.

❖ அக்கம் பக்கம் உள்ள வீடு, அழகாக இருந்தால், நம் வீடும் எடுப்பாக இருக்கும்; பொறாமையும் பேராசையுமே, பகைமையை வளர்க்கும். உள்ளத்தைப் பாழ்படுத்தும்.

❖ மரங்களின் பசுமையும், பறவைகளின் ஸப்த சத்தங்களும் வாட்டமுள்ள உள்ளத்துக்கு ஊட்டம் இயற்கையே தெய்வம் அல்லவா?

❖ உயிருக்குக் கவசம் உடல். உடலுக்கு கவசம் வீடு! மனை சாஸ்த்திரம் என்று கூறி இடித்து இடித்துக் கட்டலாமா? ஆம்! கட்டி விடுகிறோம். கட்டிய பிறகு விட்டு விடுகிறோம். அதாவது, விற்று விடுகிறோம் – நல்மனைவி

அமைவதெல்லாம் இறைவனின் கையில்! வீடு அமைவதும் இறைவனின் கையில் தான்! கிரகநிலை நன்றாக இருந்தால் எல்லாமும் நன்றாகவே அமையும் தெய்வா நுக்ரகம் கூட!

❖ இடம்பட வீடு எடேல், தேவைக்கு மீறி கட்டாதே! தேவைக்கு மீறி பொருட்களை வாங்கி, கண்டபடி வீட்டில் அடைத்து வைக்காதே – அப்படி அடைத்து வைத்தால் கிருக லக்ஷ்மி தங்கமாட்டாள்; தங்காமல் போகவே தங்கவேண்டிய பொருள் பணம் தங்காது; எப்படியோ...? சுத்தமான காற்று கிருகத்தில் இராது; மனநிலையும் பாதிக்கும்.

குறிப்புகள்

குறிப்புகள்

குறிப்புகள்

குறிப்புகள்

குறிப்புகள்

www.ingramcontent.com/pod-product-compliance
Lightning Source LLC
LaVergne TN
LVHW041220150826
845673LV00001B/463

* 9 7 9 8 8 9 2 3 3 7 6 7 0 *